ഗ്രീൻ ബുക്സ്

മലയാളത്തിന്റെ പ്രിയകവിതകൾ

അക്കിത്തം

മലയാളത്തിന്റെ പ്രശസ്ത കവി.
1926 മാർച്ച് 18ന് പാലക്കാട് ജില്ലയിലെ കുമരനല്ലൂരിലെ അക്കിത്തത്ത് മനയിൽ ജനനം. കുമരനല്ലൂർ ഹൈസ്കൂളിലും സാമൂതിരി കോളേജിലും പഠനം. ഉണ്ണിനമ്പൂതിരി, യോഗക്ഷേമം, മംഗളോദയം, എന്നീ മാസികകളുടെ പത്രാധിപരായിരുന്നു. 1956 മുതൽ 75 വരെ കോഴിക്കോട്, തൃശൂർ ആകാശവാണിയിൽ ജോലി ചെയ്തിരുന്നു. ശുകപുരത്തെ വള്ളത്തോൾ വിദ്യാപീഠത്തിലെ മുഖ്യ സാരഥി. സാഹിത്യ പ്രവർത്തക സഹകരണസംഘം, കേരള സാഹിത്യ അക്കാദമി എന്നിവയിൽ അംഗമായിരുന്നു.

പുരസ്കാരങ്ങൾ: *കേരളസാഹിത്യ അക്കാദമി, കേന്ദ്രസാഹിത്യ അക്കാദമി, ഓടക്കുഴൽ പുരസ്കാരം, ഉള്ളൂർ അവാർഡ്, ആശാൻ പുരസ്കാരം, വള്ളത്തോൾ പുരസ്കാരം, എഴുത്തച്ഛൻ പുരസ്കാരം, മാതൃഭൂമി സാഹിത്യ പുരസ്കാരം.*

'പൊന്നാനിക്കളരിയിൽ', എൻ.പി. വിജയകൃഷ്ണൻ എഡിറ്റ് ചെയ്ത 'അക്കിത്തം - ആത്മഭാഷണങ്ങൾ' എന്നീ കൃതികൾ ഗ്രീൻ ബുക്സ് പ്രസിദ്ധീകരിച്ചിട്ടുണ്ട്.

മറ്റു കൃതികൾ: *അക്കിത്തത്തിന്റെ തെരഞ്ഞെടുത്ത കവിതകൾ, മാനസപൂജ, ഇടിഞ്ഞുപൊളിഞ്ഞ ലോകം, സമന്വയത്തിന്റെ ആകാശം, ഇരുപതാം നൂറ്റാണ്ടിന്റെ ഇതിഹാസം, ബലിദർശനം.*

മലയാളത്തിന്റെ പ്രിയകവിതകൾ

അക്കിത്തം

കവിതകൾ തിരഞ്ഞെടുത്തത്

എൻ.പി. വിജയകൃഷ്ണൻ

ഗ്രീൻ ബുക്സ്

green books private limited
little road, ayyanthole, thrissur- 680 003
ph: 0487-2361038
website: www.greenbooksindia.com
e-mail: info@greenbooksindia.com

(malayalam)
malayalathinte priyakavithakal
(poems)
by
akkitham

compiled by
n.p. vijayakrishnan

first published july 2016

cover photo & design : rajesh chalode

branches:
thrissur 0487-2422515
palakkad 0491-2546162
kannur 0497-2763038
Thiruvananthapuram 9846670899

isbn : 978-93-86120-22-9

GBPL/792/2016

മുഖക്കുറി

അക്കിത്തം പിറന്നുവീണത് ഉന്നത വർണ്ണത്തിലും
വർഗ്ഗത്തിലുമാണെങ്കിലും സഹഭാവം എന്നും
ചൂഷിതവർഗ്ഗത്തോടായിരുന്നു.
അതിവിസ്തൃതമാണ് അക്കിത്തത്തിന്റെ കാവ്യലോകം.
തിളച്ചുമറിയുന്ന ഒരു കാലത്തിന്റെ വക്കത്തിരുന്ന്
കവിതയെഴുതിയ യുവാവായ അക്കിത്തം
കവിതയിൽ ഒരു വിപ്ലവകാരിയായിരുന്നു.

"നിരത്തിൽ കാക്ക കൊത്തുന്നു
ചത്ത പെണ്ണിന്റെ കണ്ണുകൾ.
മുല ചപ്പി വലിക്കുന്നു
നരവർഗ്ഗനവാതിഥി"

എന്നെഴുതിയ അക്കിത്തം മലയാളകവിതയിൽ
ആഴത്തിൽ പതിഞ്ഞുപോയ ശബ്ദമാണ്.
"വെളിച്ചം ദുഃഖമാണുണ്ണീ, തമസ്സല്ലോ സുഖപ്രദം"
എന്ന വരികൾ സാഹിത്യത്തിൽ ഏറെ ചർച്ച ചെയ്യപ്പെട്ടു.
സാമൂഹികചിന്തകൾ കൈവെടിയാതെതന്നെ
അക്കിത്തം കവിതയുടെ വിശുദ്ധമായ സനാതന
പാരമ്പര്യങ്ങളിലേക്കു തിരിഞ്ഞു.
സ്നേഹം, ശോകം, സമത്വം, സ്വാതന്ത്ര്യം, വിപ്ലവം,
ആസ്തിക്യം എന്നിവയെപ്പറ്റിയുള്ള കവിയുടെ
ദർശനങ്ങൾ പരസ്പരബന്ധിതമാകുന്നു.
ആ കവിതാനിവേദ്യത്തിന്റെ നൈർമ്മല്യത്തിന്
ഒരു മുഖക്കുറിപ്പിന്റെ ആവശ്യമില്ലെങ്കിലും ഇത്രയും.

കൃഷ്ണദാസ്
മാനേജിങ് എഡിറ്റർ

ഉള്ളടക്കം

മലയാളത്തിന്റെ സുകൃതകവിതകൾ

ഡോ. എൻ.പി. വിജയകൃഷ്ണൻ

മലയാളകവിതയുടെ മഹാസുകൃതമായ അക്കിത്തത്തിന്റെ കവിതകൾ കാലങ്ങളായി മലയാളിക്ക് ഉദാത്തമായ സാംസ്ക്കാരികാനുഭവം നൽകിക്കൊണ്ടിരിക്കുന്നു. ഒരു കവിക്ക് ഏതു കവിതയും പ്രിയപ്പെട്ടതായിരിക്കെ അവയിൽ നിന്ന് പല മാനദണ്ഡങ്ങളെക്കൊണ്ടും അതീവപ്രിയങ്കരമായി മാറിയ കവിതകൾ എന്ന തെരഞ്ഞെടുപ്പിൽ കാവ്യനീതിയുണ്ട്. ഏറെ ചർച്ച ചെയ്യപ്പെട്ടത്; കാവ്യചരിത്രത്തിൽ അടയാളപ്പെട്ടത്; പഠിക്കപ്പെട്ടത്; ആഘോഷിക്കപ്പെട്ടത് തുടങ്ങി ഈ സമാഹരണത്തിന്റെ മാനദണ്ഡങ്ങൾ പലതാകുന്നു.

അക്കിത്തം അച്യുതൻ നമ്പൂതിരിയെ സംബന്ധിച്ച് അദ്ദേഹത്തിന്റെ കാവ്യസഞ്ചാരപഥത്തിന്റെ പല കാലങ്ങളുടെ മുദ്ര പതിഞ്ഞതും അക്കിത്തത്തിന്റെ കാവ്യഗതിയുടെ രൂപപരിണാമഭേദങ്ങൾക്ക് സാക്ഷിയായതും കവിയുടെ ദർശനങ്ങളും സൗന്ദര്യനിരീക്ഷണങ്ങളും മാനവികതാബോധവും രാഷ്ട്രീയവും കാലികമായ പുതുക്കിയെഴുത്ത് സാധിച്ചതുമായ കവിതകളാണ് ഈ സമാഹാരത്തിന്റെ സമ്പന്നത. ഇതിൽ ഉൾപ്പെടുത്താത്ത കവിതകളെച്ചൊല്ലി ചോദ്യങ്ങൾ വരാം; അവയുടെ പ്രസക്തിയെക്കുറിച്ച് നിർദ്ദേശം വരാം. സ്വാഭാവികമായ ഈ പ്രക്രിയയ്ക്ക് ഉത്തരമില്ല. കാരണം കാവ്യപ്രിയത്വം പലപ്പോഴും വ്യക്തിപരമാണ്.

കർക്കശമായ ലാളിത്യം അക്കിത്തം കവിതകളുടെ പൊതുസ്വഭാവമാണ്. തന്റെ കവിത മറ്റൊന്നിന്റെ പകർപ്പാകരുതെന്ന് ശഠിച്ച ഇടശ്ശേരിയോടുള്ള കൂറ് 'പുഷ്പിക്കാത്ത ചെടി പോലെയായിരിക്കും അനുകർത്താക്കളുടെ കാവ്യസപര്യ' എന്ന സിദ്ധാന്തത്തിലൂടെ അക്കിത്തം ആദ്യകാല കവിതയിലേ വെളിപ്പെടുത്തുന്നുണ്ട്. ഇടശ്ശേരിയെ ഒരു വേള പുരിപ്പിക്കുകയും പൂജിച്ച് മറികടക്കുകയുമാണ് അക്കിത്തം ചെയ്തത്. ഈ മറികടക്കൽ

കാലത്തിന്റെ ആവശ്യമാവുന്നു. പലപ്പോഴും ഇടശ്ശേരിയേക്കാൾ കരുത്ത് അക്കിത്തത്തിന്റെ കവിതകളിൽ കാണുന്നു.

ജി. ശങ്കരക്കുറുപ്പ്, വൈലോപ്പിള്ളി, ഇടശ്ശേരി, പി. കുഞ്ഞിരാമൻ നായർ, എൻ.വി. കൃഷ്ണവാരിയർ എന്നിവരുടെ വിഖ്യാത കവിതകൾക്കൊപ്പം - വിശ്വദർശനം, കണ്ണീർപ്പാടം, പൂതപ്പാട്ട്, കളിയച്ഛൻ, മദിരാശിയിൽ ഒരു സായാഹ്നം - എം.പി. ശങ്കുണ്ണി നായർ 'കാവ്യവ്യുത്പത്തി'യിൽ അക്കിത്തത്തിന്റെ 'വാടാത്ത താമരയും കെടാത്ത സൂര്യനും' എന്ന കവിതയും വിശകലനം ചെയ്തിട്ടുണ്ട്. അന്ന് ഈ അഭിജാത സമ്പന്നകാവ്യനിരയിലേക്ക് അക്കിത്തത്തെയും ശങ്കുണ്ണിനായർ പ്രതിഷ്ഠിച്ചു. മലയാളത്തിലെ ഏറ്റവും മികച്ച ഒറ്റക്കവിതാപഠനങ്ങളുടെ സമാഹാരമായ കാവ്യവ്യുത്പത്തിയിൽ ഉൾപ്പെട്ട അക്കിത്തം കവിത ഈ സമാഹാരത്തിന്റെ ഐശ്വര്യമാവുന്നു. മലയാളത്തിലെ മികച്ച പത്തു കവിതകളിൽ അക്കിത്തത്തിന്റെ 'പണ്ടത്തെ മേശാന്തി'യും ഉണ്ട്. പത്തു കാവ്യങ്ങളിൽ 'ഇരുപതാം നൂറ്റാണ്ടിന്റെ ഇതിഹാസവും' തെരഞ്ഞെടുക്കപ്പെട്ടു.

'എന്റെയല്ലെന്റെയല്ലിക്കൊമ്പനാനകൾ
എന്റെയല്ലീ മഹാക്ഷേത്രവും, മക്കളേ!'

എന്ന വരികൾ ആവാഹിക്കുന്ന ദാർശനികതലത്തെ വിപുലപ്പെടുത്തുന്ന പ്രമേയവും പശ്ചാത്തലവുമാണ് 'പണ്ടത്തെ മേശാന്തി'യിലുള്ളത്. തുളസി, ഒരു വെണ്ണക്കല്ലിന്റെ കഥ, നിത്യമേഘം, കരതലാമലകം, ബ്രഹ്മസൂത്രം, പക്ഷിക്കുടുമ, കണ്ടവരുണ്ടോ, അടുത്തൂൺ, കന്യാകുമാരിയിലെ കക്കകൾ, ഡ്രൈവർക്കുളത്തെ, പടയാളി തുടങ്ങി അക്കിത്തത്തിന്റെ കാവ്യസപര്യയിലെ ദീപസ്തംഭങ്ങളായ കവിതകൾ ഈ സമാഹാരത്തിന്റെ അലങ്കാരമാവുന്നു. ഒപ്പം വേണ്ടത്ര ചർച്ച ചെയ്യപ്പെടാതെ പോവുകയും അക്കിത്തം കവിതകളുടെ സമസ്തസ്വഭാവവിശേഷങ്ങളുടെയും സമ്പുടം എന്ന് വിശേഷിപ്പിക്കാവുന്നതുമായ കവിതകളും ഈ ശേഖരത്തിലുണ്ട്.

അക്കിത്തത്തിന്റെ ആദ്യകാല പ്രണയകവിതകളിലൊന്നായ മധുവിധു ഈ പുസ്തകത്തിൽ ചേർത്തിരിക്കുന്നു.

'പൂവിനൊരുജ്ജ്വലകിരണപ്രസരണം
ഭവതിയിൽ ഞാൻ ചേർന്നലിയുമ്പോൾ'

എന്നെഴുതിയ അക്കിത്തം

'ഊരിത്തരൂ, പൂണുനൂലിൽ
മത്തി കോർക്കട്ടെയിന്നു ഞാൻ'

എന്നും എഴുതും.

'ചന്തിക്കൊന്നു കൊടുത്തില്ലേന്നും?
വാഴേടെ നാരോണ്ടാണേ!'

എന്നാണ് കണ്ടവരുണ്ടോ എന്ന കവിതയിലെ വാത്സല്യം. വാഴ നാരിനെ മയിൽപ്പീലിയാക്കുന്ന കാവ്യരസതന്ത്രമാണ് അക്കിത്ത ത്തിന് കവിത.

പടിക്കലെക്കണ്ടം കൊയ്യ്ണ തെവസം പാലക്കാട്ട്
പടിച്ച്ണ തമ്പ്രാൻ നാട്ടില്വന്നേ കൊയ്ത്ത് കാണാൻ

എന്നു തുടങ്ങുന്ന കാളി എന്ന കവിതയിലെ തനിനാട്ടുഭാഷയിൽ നിന്ന്

മെല്ലെ ഞാനിമവെട്ടി വിടർത്തി: ജനവാതിൽ-
വിള്ളലിലൂടെപ്പൂർവ്വ ചക്രവാളത്തിൽ മീതെ
ഉജ്ജ്വലിക്കുന്നു ശുക്രൻ, എഴുന്നേറ്റോടിച്ചെന്നി-
ട്ടുച്ചത്തിലാക്രോശിച്ചേൻ: 'കക്കാടേ, നമസ്ക്കാരം!'

'കക്കാടേ നമസ്ക്കാരം' എന്ന കവിതയിലെത്തുമ്പോഴാണ് അക്കിത്തത്തിന്റെ കാവ്യ വൈവിദ്യവും പ്രമേയ വ്യത്യസ്തതയും പശ്ചാത്തലത്തെ പരിചരിക്കുന്ന ഭാഷാസാമർത്ഥ്യവും ബോധ്യ പ്പെടുക. അക്കിത്തം സ്വയം അനുകരിക്കുന്നില്ല.

'കുട്ടികളെയും നിർവൃതി പെയ്യും
കുട്ടികളല്ലോ ദൈവങ്ങൾ'

എന്ന് 'ജാതകർമ്മ'ത്തിൽ അക്കിത്തം എഴുതുന്നതിലെ പിതൃ വാത്സല്യത്തിനു തുല്യമായ മറ്റൊരു മലയാള കവിതാവരി വിരള മല്ലേ? 'നരജീവിതമായ വേദനയ്ക്കൊരുമട്ടർഭകരൗഷധങ്ങൾ താൻ' എന്നെഴുതിയ എൻ. കുമാരനാശാനെയും വാത്സല്യഭരിത മായ പദാവലികൾ കൊണ്ട് അക്കിത്തം രണ്ടാമതാക്കുന്നു.

ഡ്രൈവർക്കുള്ളറൈയിൽ കുട്ടി തീവണ്ടി എഞ്ചിൻമുറിയിൽ കയറി കുറ്റി കൊളുത്തുകളിൽ പെരുമാറിയപ്പോൾ വണ്ടി നീങ്ങി. ഈ യന്ത്രപ്രവർത്തനത്തെ

'എന്തോ ചിലതു വലിഞ്ഞിരിക്കാം, കുറ-
ച്ചെന്തോ ചിലതു തിരിഞ്ഞിരിക്കാം.'

എന്നേ അക്കിത്തം എഴുതുന്നുള്ളൂ. ഈ സംയമനമാണ് കവി തയ്ക്കു വേണ്ടത്. എന്നാലും അക്കിത്തം കുറുക്കുന്ന കവിയല്ല; ആരോഗ്യകരമായ വാചാലത അക്കിത്തം കവിതയ്ക്കുണ്ട്. ഒട്ടും മുഷിയാത്ത വാചാലതയുമാണത്. അക്കിത്തത്തിന്റെ കവിത കളിൽ അപൂർവ്വ കാവ്യകടാക്ഷം കൊണ്ടും രചനാസൗഭഗം കൊണ്ടു മികച്ചു നിൽക്കുന്നു 'നിത്യമേഘം'. കാളിദാസ സാര സർവ്വസ്വമാണ് ഈ കവിത. മലയാളത്തിന്റെ കാളിദാസനായി

വിഷ്ണുനാരായണൻ നമ്പൂതിരി വൈലോപ്പിള്ളിയെയാണ് കാണുന്നത്. അക്കിത്തം കാളിദാസനെ 'വായിച്ച വിധ'ത്തിന്റെ സൗന്ദര്യാനുഭൂതിയുടെ പകർന്നാട്ടമാണ് നിത്യമേഘം.

'സത്യമല്ലാതെ യാതൊന്നും-
പറയാൻ ശക്തിയില്ലമ്മേ.'

എന്ന് 'ബ്രഹ്മസൂത്ര'ത്തിൽ അക്കിത്തം എഴുതുന്നു.

'ഇതാണഴകിതേ സത്യം,
ഇതു ശീലിക്കൽ ധർമ്മവും'

എന്നും കവി എഴുതിയിട്ടുണ്ട്. പുഞ്ചിരിക്കൊപ്പം കണ്ണീരും പൊഴിക്കുന്ന മാനവികതാ ബോധത്തിന്റെ പ്രതിനിധിയാണ് അക്കിത്തം.

അക്കിത്തത്തിന്റെ 'കരതലാമലകവും' ഒളപ്പമണ്ണയുടെ 'ചന്ദന'വും ചേർത്തു പഠിക്കുക സുഖമാണ്. ദാമ്പത്യത്തിന്റെ, സ്ത്രീകേന്ദ്രിതമായ പുരുഷവിചാരത്തിന്റെ കവിതകൾ. ഉത്തമ കുടുംബഗാഥയായി, ഉദാത്ത ദാമ്പത്യലക്ഷണമായി മാറുന്ന കവിതകളാണ്. "ഞെരുക്കിയുടച്ചല്ലോ, നിന്നെ ഞാൻ പരുഷ വിചാരത്താൽ, വാക്കിനാൽ, പ്രവൃത്തിയാൽ" എന്ന് 'കാശിത്തുമ്പക'ളിൽ വൈലോപ്പിള്ളി എഴുതിയതിന്റെ വിരുദ്ധഭാവം. സങ്കല്പ യാഥാർത്ഥ്യങ്ങളുടെ സമ്യക്‌രഞ്ജനമാണ് 'കരതലാമലകം'.

അക്കിത്തത്തിന്റെ വ്യക്തിചിത്രകവിതകൾ ധാരാളമാണ്. പി. കുഞ്ഞിരാമൻനായരെക്കുറിച്ചും വി.കെ. എന്നിനെക്കുറിച്ചുമുള്ള 'താമരത്തോണി', 'ബാലഭദ്രന്റെ ചിരി' എന്നീ കവിതകൾ ഈ പുസ്തകത്തിലുണ്ട്.

'പുരുഷാകാരസങ്കല്പ സൗഭഗത്തിന്റെ മൂർത്തി'യായിട്ടാണ് അക്കിത്തം വി.കെ.എന്നിനെ വിശേഷിപ്പിക്കുന്നത്. 'കാവ്യാകാര സങ്കല്പസൗഭഗത്തിന്റെ മൂർത്തി'യായി അക്കിത്തത്തെയും കാണാം.

ആപാദചൂഡം കവിയായ് കാഞ്ഞങ്ങാട്ടു പിറന്നവനാണ് അക്കിത്തത്തിന് പി. കുഞ്ഞിരാമൻ നായർ. "ആപാദചൂഡം കവിയായ് അക്കിത്തത്തു പിറന്നവ"നല്ലേ അച്യുതൻ നമ്പൂതിരിയും.

ഈ സമാഹാരത്തിലെ കവിതകളിൽ അക്കിത്തം അനുഭവിച്ച ജീവിതമുണ്ട്. അദ്ദേഹം ഹൃദയത്തിലേക്കു നോക്കി എഴുതിയതിന്റെ സത്യസാക്ഷ്യങ്ങളായതുകൊണ്ടാണ് ഈ കവിതകളത്രയും അദ്ദേഹത്തിനും മലയാളത്തിനും പ്രിയപ്പെട്ടതാവുന്നത്. ■

മലയാളത്തിന്റെ

പ്രിയകവിതകൾ

നീലിയാട്ടിലെ തണ്ണീർപന്തൽ

നീലിയാട്ടിലെപ്പാലത്തിങ്കൽ ഞാൻ ബസ്സും കാത്തു
നീരവമപരാഹ്നച്ചൂടിലാണ്ടിരിക്കുമ്പോൾ,

നിദ്രിതമാമെന്നന്തർമ്മണ്ഡലത്തിങ്കൽ ക്ഷണ-
നിസ്തന്ദ്രനിസർഗ്ഗമാം ഹൃദ്രയമുണരുമ്പോൾ,

തീവെയിൽത്തിരകളിലുയർന്നു കാണെക്കാണെ-
ബ്ഭാവുകസുശീതളമെൻനവവധൂരൂപം.

"കേടുപാടൊന്നും കൂടാതെത്തണേ നാളേയ്ക്കെ"ന്നു
കേഴുന്നുണ്ടത്യുൽകണ്ഠാചഞ്ചലനയനങ്ങൾ;

"മംഗളം യാത്രയ്ക്കെ,"ന്നു തൂവുന്നുണ്ടാശീർവ്വാദം
മന്ദഹാസോൽഫുല്ലമാം ചോരിവായ്മലരൊപ്പം.

ഭാവസുന്ദരമാമാദ്ദർശനം പതിറ്റടി-
പ്പൂവുപോലിതൾക്കിതൾ വികസിച്ചിതെൻ മുന്നിൽ.

2

തിങ്ങളൊന്നായീലല്ലോ കണ്ടിട്ടുമറിഞ്ഞിട്ടും
ഞങ്ങളന്യോന്യം പരപ്പാളുമീ പ്രപഞ്ചത്തിൽ!

കരളാലെന്തേ പെട്ടെന്നിഴുകിച്ചേരാൻ, ചിര-
വിരഹാകുലങ്ങളാം രണ്ടാത്മാക്കളെപ്പോലെ,

ഒരുനാളത്തേയ്ക്കാമീ വേർപെടലെന്തേ മനം
വിറകൊള്ളിപ്പാ,നശ്മസാരത്തെക്കാന്തംപോലെ?

അജ്ഞതമൂലം മിഴിപ്പോളയിൽക്കണ്ണീരേന്തി
പ്രജ്ഞയറ്റേകൻ മൂകനിരുന്നേൻ സ്വേദസ്നാതൻ!

3

“അവിടുന്നെങ്ങോട്ടാണു യാത്ര?”യെന്നപ്പോഴേയ്ക്കെ-
ന്നരികിൽ കേൾക്കായുച്ചസ്നിഗ്ദ്ധമാമൊരു ശബ്ദം.

ഉത്തുംഗഹർഷം ചിറപൊട്ടിയപോലേ കുതി-
ച്ചെത്തുന്നൂ ‘വളവിങ്കൽ മൂസ്സ’യെന്നുപാന്തത്തിൽ.

ആറടിയിലും മീതെപ്പൊങ്ങിയ ശരീരത്താ,-
ലാജാനുബാഹുക്കളാ,ലാഹ്ലാദസൗലഭ്യത്താൽ,

വാരിയാലൊടുങ്ങാത്ത സേവനൗത്സുക്യത്താലും,
വായിലെപ്പുളിങ്കുരുപോലെഴും പൽപ്പുറ്റാലും,

ജീവിതം സുസമ്പന്നം, സുഭിക്ഷം, സുസന്തൃപ്ത;-
മീ വയോവൃദ്ധന്നാരും സ്വന്തമാളാണീ മന്നിൽ.

ഹാ, മറന്നുപോകുന്നു പാന്ഥരേ, ഭവാന്മാരീ
ജീവിതത്തണ്ണീർപ്പന്തലരുളുമൗദാര്യത്തെ!

4

അതിഭാരവും പേറിയെത്തിയ ബസ്സും, കിത-
ച്ചനലംഭാവം നീങ്ങി മാമകസ്മൃതികളും:

ബസ്സു നിർത്തിച്ചും, ചുമടേറ്റിയും, സന്ദേശങ്ങ-
ളെത്തിച്ചും, പരാർത്ഥമിജ്ജീവിതം ചലിക്കുമ്പോൾ,

കാളവണ്ടിക,ളുന്തുവണ്ടിക,ളിരച്ചോടും
കാറുകൾപോലേ പതിറ്റാണ്ടുകളാറേഴെണ്ണം

ആഗതമായി ചക്രവാളസീമതൻ പിന്നി-
ലാണ്ടുപോകയും ചെയ്തു നിത്യരഥ്യയിലൂടെ.

നിലനില്പൂ, ഹാ, നീലിയാട്ടിലീ വളവിങ്കൽ
നിഴലും വിരിച്ചുകൊണ്ടീ മഹാവൃക്ഷം മാത്രം.

ഹാ, മറന്നുപോകുന്നു പാന്ഥരേ, ഭവാന്മാരീ
ജീവിതത്തണ്ണീർപ്പന്തലേകിടും സൗജന്യത്തെ!

5

കൂലിയെക്കുറിച്ചീയാൾക്കാശകളില്ലേ; അന്തി-
ച്ചാളയിലില്ലേ തനിയ്ക്കുമ്മയും കുഞ്ഞുങ്ങളും?

ദുഃഖഭാരാനമ്രമാം ശിരസ്സും, പരസ്നേഹ-
വ്യഗ്രചിത്തവു,മുള്ള പാന്ഥന്മാരപൂർവ്വന്മാർ

വല്ലതും കനിഞ്ഞേകാമെങ്കിലും, കരുമന-
ക്കൊള്ളലിന്നെന്തെങ്കിലും കിട്ടുമോ സമാധാനം?

അഥവാ വിവശാ,മീമാർഗ്ഗചാരികൾക്കാർദ്ര-
മധുരം ദാനം ചെയ്യും കല്പപാദപമെന്നോ?

അറിവീലൊന്നും: പ്രിയംകരമാണെന്നാലുമീ-
ച്ചിരിയും താംബൂലവും ഫലിതകഥകളും!

6

അന്നവനുള്ളംകുളിർത്തേകിയ താംബൂലവും
തിന്നു ഞാൻ കാലും തുള്ളിച്ചങ്ങിനെയിരിക്കുമ്പോൾ,

വേദനാമയമെന്റെ ചിന്തയെത്താലോലിച്ചൂ
ശീതളസായന്തനമാരുതകിശോരങ്ങൾ

ആതപശുഷ്കം നീട്ടിപ്പിടിച്ചേ നിന്നു ചാരെ-
ക്കേതകീവനം ഹൃത്തിൻ വിഫലാഭിലാഷത്തെ,

മൂസ്സയോ പൊട്ടിച്ചിരിച്ചിളകീ; നർമ്മോജ്ജ്വല-
ഭാസ്സോലും തിരകളായൊഴുകീ വൃത്താന്തങ്ങൾ.

"വരുമാറായീ ബസ്സെ,"ന്നൊടുവിൽസ്സമാപിച്ചു;
ത്വരയാൽജ്ജിജ്ഞാസു ഞാൻ ചെയ്തുംപോയവിവേകം:

"കുട്ടികളില്ലേ മൂസ്സയ്ക്കെ?-"ന്ന ചോദ്യത്താ,ലയ്യോ,
ഞെട്ടുകയല്ലോ ചെയ്തു വിവശാശയൻ, വൃദ്ധൻ!

7

അതിഭീകരവർഷാശാന്തിയിൽപ്പോലേ ശബ്ദ-
ബധിരം ചരാചര ലോകങ്ങൾ നിലക്കൊൾകെ

ചോരപോയ്ച്ചുളിഞ്ഞൊട്ടി വിറയ്ക്കും ഗണ്ഡങ്ങളിൽ,-
ച്ചാരവർണ്ണമാം കുറ്റിത്താടിമീശകൾക്കുള്ളിൽ,

ഒഴുകിച്ചേരും ധാരാവാഹിയാം കണ്ണീരില-
ന്നെഴുതിക്കണ്ടേനൊരു മൂർത്തിമദ്വിഷാദത്തെ-

ആഴവും പരപ്പുമാർന്നുഡുപഞ്ജരംപോലൊ-
രാദ്യന്തവിഹീനമാമുജ്ജ്വലചൈതന്യത്തെ-

ദേവനിൽ, മനുഷ്യനിൽ,ത്തിര്യക്കി,ലണുവിലും,
ജീവസൗന്ദര്യം പാവും നിശ്ചലചലനത്തെ!

ഹാ, മറന്നുപോം ഞാനെമ്മട്ടിലാത്തരിശാണ്ട
ജീവിതത്തണ്ണീർപ്പന്തലേകിയ വിജ്ഞാനത്തെ? ■

പടയാളി

ഇല്ല,നുകർത്താവിനില്ല തൻജീവിത-
വല്ലരിയിൽപ്പൂ വിരിഞ്ഞു കാണാൻ വിധി!

ഇന്നലെപ്പോയ ഭടന്റെ കാല്പാടുകൾ
ചിന്നിയ മണ്ണിൽച്ചവിട്ടുകയില്ല ഞാൻ:

ഇന്നലത്തെപ്പോരതിന്നലേയ്ക്കുള്ളതാ-
ണി,ന്നിനിന്നത്തെപ്പരാക്രമം വേണ്ടയോ

ആയിരം കർത്തവ്യമുണ്ടിന്ന,തുവഴിയ്-
ക്കായത്തമാകുവാനത്രയും മേന്മയും.

നൈരാശ്യമെന്തെന്നറിയേണ്ടതില്ലിങ്ങു;
കാരണ,മാണായ്പ്പിറന്നവനല്ലി ഞാൻ?

പൗരുഷത്തിന്റെ തുടിപ്പുകളാണെന്റെ
ചോരക്കുഴലിൽ പ്രതിധ്വനിപ്പൂ സദാ.

സുവ്യക്തസുന്ദരം നിർമ്മിയ്ക്കണമൊരു
നവ്യപഥമീ പ്രപഞ്ചത്തിലെൻ ജനി.

അല്ലെങ്കിലാരു ഞാൻ? ദുർഭഗക്ലേശത്തെ
വെല്ലുവാനല്ലോ കരുത്തനായീ പുമാൻ?

ഇന്നലെപ്പാറപൊടിച്ചു നിരത്തിയ
മന്നിലെദ്ധീരനെപ്പൂജിച്ചിടുന്നു ഞാൻ;

എന്നൊലൊരിയ്ക്കലും കേൾക്കില്ലവനുടെ
പിന്നിലെൻപാദപതനജന്യാരവം.

ഇന്നുകൾകൊണ്ടൊരു രമ്യസുപഥത്തെ-
യുന്നമിപ്പിയ്ക്കുമെൻ ശക്തിയിബ്ഭൂമിയിൽ;

പിന്നെയെന്നെക്കണികാണും കിഴക്കൊരു
പൊന്നൊളിശ്ശുക്രനക്ഷത്രമായാളുകൾ.

ക്ലിഷ്ടമാകട്ടെയെൻജീവിതം; എങ്കിലേ
വിഷ്ടപഹൃത്തിലെൻവിഷ്ടരം മിന്നിടൂ.

ഇല്ല,നുകർത്താവിനില്ല തൻജീവിത-
വല്ലരിയിൽപ്പൂ വിരിഞ്ഞുകാണാൻ വിധി!

അർക്കന്റെ കാഞ്ചനത്തേരുരുൾപ്പാടുകൾ
നോക്കിനടത്തായ്ക നിൻരഥം തിങ്കളേ,

എന്നും പുതിയ പുതിയ മാർഗ്ഗങ്ങളിൽ
മിന്നുന്നു നീ; അതേ പാരിന്നു കൗതുകം!

കാക, നീയായിരമായിരം കൊല്ലമായ്-
ക്കൂകീ കുയിലിനെപ്പോലിരുന്നെന്തിനോ,

നിൻഗീതി കേൾക്കെച്ചെവിപൊത്തിനിന്നു ക-
ല്ലോങ്ങുന്ന മന്നിനാൽ മാനിതനാകുവാൻ!

താരകപ്പൂൺപിന്റെ വാരൊളിപ്പുഞ്ചിരി-
ച്ചാറിൽ ഭ്രമിച്ച സികതമേ, നീയലം

എത്രയതുപോൽച്ചിരിച്ചുനോക്കീല? നിൻ
നിത്യനിരാശയ്ക്കു മൂലമനുകൃതി!

മഞ്ഞുകണമേ ഞെളിഞ്ഞു നില്ക്കായ്ക; നീ
മഞ്ജുമുക്താഫലമാവില്ലൊരിയ്ക്കലും:

ആകുമെന്നാകിലിക്കാലത്തെയൊക്കെയു-
മാശാകിരണങ്ങൾ മങ്ങിയതെങ്ങനെ?

ഇല്ല,നുകർത്താവിനില്ല തൻ ജീവിത-
വല്ലരിയിൽപ്പൂ വിരിഞ്ഞുകാണാൻ വിധി! ■

ദീപയഷ്ടി

മങ്ങിമറഞ്ഞൂ കതിരവ, നമ്പിളി,താരകങ്ങൾ;
വിങ്ങുമിരുട്ടിൽപ്പൂഴ്ന്നുകഴിഞ്ഞു ചക്രവാളം.

നാരകഭീമമഗാധമപാരമിരുൾക്കടലിൽ
നാടും നഗരവു,മാണും പെണ്ണും, ചത്തടിഞ്ഞു,

പ്രേതപരമ്പരയലറുകയായുധുപഞ്ജരത്തിൽ,
പ്രേതപരമ്പര കൂത്താടുകയായ് ഭൂതലത്തിൽ!

2

നിമിഷം, നാഴിക, ദിവസം, വാരം, പക്ഷം, മാസം,
നിരവധി നിരവധി വർഷം വന്നു കടന്നുപോയി.

പ്രേതപരമ്പര പശിയാൽച്ചത്തുമലച്ചീടുന്നൂ,
പ്രേതപരമ്പര രോഗാലലമുറയിട്ടീടുന്നൂ,

പ്രേതപരമ്പര കണ്ടതു തിന്നു തടിച്ചീടുന്നൂ,
പ്രേതപരമ്പര നീറുമസൂയ വമിച്ചീടുന്നൂ,

പ്രേതപരമ്പര കെട്ടിമറിഞ്ഞിണചേർന്നീടുന്നൂ,
പ്രേതപരമ്പര പെറ്റുപെരുത്തു വളർന്നീടുന്നൂ

പ്രേതപരമ്പര തമ്മിൽത്തച്ചു പിടച്ചീടുന്നൂ,
പ്രേതപരമ്പര രക്തംതുപ്പി നശിച്ചീടുന്നൂ,

പ്രേതപരമ്പര താൻ താൻ വെട്ടിയടക്കിയ മണ്ണിൽ,
ഭ്രാതാക്കളുടെയെലിമ്പാൽപ്പണിവൂ ഗോപുരങ്ങൾ!

3

അണിയായിരുളലയാഴിയുയർന്നു വിടർന്നു താണു
ഫണിജാലത്തിനുതുല്യമനേകമനേകവർഷം.

അക്കരിനീലക്കടലിന്നടിയിലുദിച്ചുപൊങ്ങി
അദ്ഭുതദർശനമവിടവിടെച്ചില കൈത്തിരികൾ,

അസിപോൽക്കഠിനതവീശിവിളങ്ങും കൈത്തിരികൾ,
കുസുമംപോലതിമൃദുലതപൂണും കൈത്തിരികൾ,

പച്ചമനുഷ്യപ്രേമാസ്വസ്ഥമനസ്വികളായി
പച്ചമനുഷ്യരുണർന്നു കൊളുത്തിയ കൈത്തിരികൾ.

ഒരുതിരി ഭാരതഭൂമിയിലേതോ പുറ്റുമണ്ണിൽ,
ഒരുതിരി കാളിന്ദിയിലൊരു തോണിക്കടവരികിൽ,

ഒരുതിരി പാലസ്തീനത്തെപ്പുൽത്തൊട്ടിയിങ്കൽ,
ഒരുതിരി മെക്കയിൽ ഹീറാപ്പർവ്വതഗഹ്വരത്തിൽ,

ഒരുതിരി ബോധിദ്രുമതടമണിയും നിഴൽവിരിപ്പിൽ,
ഒരുതിരി ചീനയി,ലൊരുതിരി പിന്നെക്കാലടിയിൽ,

പലപല തിരിയും റോമിൽബ്ബാബിലോണിയയിൽ,
ചിലതീജിപ്തിൽ, ഗ്രീസിൽ, മെസപ്പൊട്ടേമിയയിൽ,

ഒരുതിരി ഡാന്യൂബൊഴുകി നനയ്ക്കും ജർമ്മനിയിൽ,
ഒരുതിരി പിന്നെപ്പോർബന്തറിലു,മുറന്നു വന്നു.

4

നീങ്ങീടുന്നൂ നിമിഷം, ദിവസം, പക്ഷം, വർഷം;
നീലക്കടലീ ബ്രഹ്മാണ്ഡം ഗ്രസിച്ചു നില്പൂ!

പ്രേതപരമ്പര ഗർജ്ജിക്കുന്നൂ വിണ്ണിലൊക്കെ;
പ്രേതപരമ്പര കൂത്താടുന്നൂ മണ്ണിലാകെ!

തിമിരമകറ്റാനെരിയും ദീപശിഖാഞ്ചലത്തിൽ
തിടമേലും പുക ചുരുളൻമുകിലായ്പ്പൊങ്ങീടുന്നു.

ധൂളീധൂസരമാമാദ്ധൂമം മോന്തി മോന്തി
ധൂപിതധൂലകമാമാദ്ധൂമം മോന്തി മോന്തി

പൂർവ്വാധികരൂക്ഷോൽഭടയമഭടതാണ്ഡവത്താൽ
പ്രേതപരമ്പരയണ്ഡകടാഹമുലച്ചീടുന്നൂ;

ആവിയുരുട്ടും വണ്ടിയിലേറി,ക്കപ്പലേറി,
ദ്യോവിലിരച്ചു പറക്കും യന്ത്രവിമാനമേറി,

ഛായാഗ്രാഹികൾ, ദൂരശ്രവണികൾ, ഘടികാരങ്ങൾ
ആയിരമുത്തമസിദ്ധികളങ്ങനെ കയ്യിലടക്കി,

വെടിപൊട്ടിപ്പൂ, ബോംബുകളെറിവൂ നീളെ നീളെ,
വിഷവാതകവും വീശീടുന്നു നീളെ നീളെ,

അണുബോംബുകളാലിടിവെട്ടിച്ചു നടുക്കീടുന്നു
മണലിൻതരിമുതലാദിത്യൻവരെയുള്ളതൊക്കെ!

5

നീങ്ങീടുന്നൂ നാഴിക, വാരം, മാസം, വർഷം;
നീറും കനകക്കൈത്തിരിയൊട്ടുകിരുണ്ടു നിൽപ്പൂ!

ചത്തടിയുന്നൂ പട്ടിണിമൂലം, വ്യാധിമൂലം,
പൊട്ടിയളിഞ്ഞു ചരിയ്ക്കും പ്രേതപരമ്പരകൾ;

മണ്ണിനുവേണ്ടി,പ്പെണ്ണിനുവേണ്ടി,പ്പൊന്നിനുവേണ്ടി,
മത്തുപിടിച്ചലറുന്നൂ പ്രേതപരമ്പരകൾ;

അനുജന്മാരുടെ നിണവുമിറച്ചിയുമുണ്ടു തേട്ടി
ജനനിയെ വേട്ടു ശയിപ്പൂ പ്രേതപരമ്പരകൾ;

പകയും മർദ്ദനതൃഷയും മൂത്തു കുരച്ചീടുന്നൂ
സകലകുലാന്തകരായി പ്രേതപരമ്പരകൾ;

ശബളപതാകകളേന്തി,പ്പലപല സംഘമായി,
സമരം ചെയ്തു നശിപ്പൂ പ്രേതപരമ്പരകൾ!

6

താമസകല്ലോലങ്ങളിടഞ്ഞു വിടർന്നുടഞ്ഞു;
യാമവുമൃതുവുമുരുണ്ടു വളരുമിരമ്പലോടെ.

കൃഷിഭൂമിയിലേയ്ക്കവദാനത്തൊടെ നീങ്ങിവന്നൂ
മഷിയാൽക്കാന്തികുറഞ്ഞുമുനിഞ്ഞാക്കൈത്തിരികൾ.

തമ്മിലിണങ്ങിച്ചേർന്നവ നിൽക്കെജ്ജാതമായീ
ഘർമ്മജ്വാലാഭീകരമോഹനദീപയഷ്ടി!

വാനിലുദിപ്പൂ താരക,ളമ്പിളി, സൂരബിംബം;
മാനവരുടനാക്കൃഷിഭൂമിയിൽനിന്നേറ്റുനിൽപ്പൂ;

മർമ്മവിദാരകനവയുഗശോഭാപൂരമേല്ക്കെ
മണ്ണടിയുന്നൂ നീചപ്രേതപരമ്പരകൾ!

മർത്ത്യപരമ്പര കണ്ണുവിരുത്തിക്കണ്ടുനിൽപ്പൂ
മർത്ത്യപരമ്പരകൾക്കായെത്തിയ ദീപയഷ്ടി

പച്ചമനുഷ്യപ്രേമാസ്വാസ്ഥമനസ്വികളായി
പച്ചമനുഷ്യരുണർന്നുകൊളുത്തിയ ദീപയഷ്ടി!-

മദ്ധ്യാഹ്നോഗ്രതമസ്സിനെവെന്നു,ഡുപഞ്ജരത്തെ
മൃത്യുവിൽനിന്നു വിടർത്തിയ നവയുഗദീപയഷ്ടി!

7

കോടക്കാറുകൾ നീന്തി മദിച്ചു സുരപഥത്തിൽ,
കോരിമറിച്ചു മാരിത്തുള്ളികളിളവില്ലാതെ.

പാടീ കുയിലുക,ളാടീ മയിലുക,ളാപഗകൾ
ഓടിച്ചാടി നടന്നൂ പച്ചമലഞ്ചെരിവിൽ.

ഊഴിയിൽ വീണൂ വൃഷഭാവലിയുടെ ഖുരപാതങ്ങൾ;
ഊർന്നുമറിച്ചു മർത്ത്യരമർത്തിയ കരിനഖങ്ങൾ.

മേനിയിലാകെപ്പുളകംപൊട്ടിയ മേദിനിയ്ക്കോ
താനറിയാതെ ചുരന്നൂ തന്റെ പയോധരങ്ങൾ! ■

തമ്പുരാൻകുട്ടി

ഭൂതലത്തിങ്കൽപ്പണ്ടുപണ്ടു ഞാൻ
ജാതനായ പുലരിയിൽ

ഭക്തിപൂർവ്വം പറഞ്ഞുപോലെന്നിൽ
സക്തിയാളുമടിമകൾ:

"തമ്പുരാൻകുട്ടി നമ്മുടെ ജന്മി-
ത്തമ്പുരാൻകുട്ടിയാണിവൻ."

അൽപ്പവും ഞാനറിഞ്ഞതില്ലതി-
നർത്ഥമെന്താണെന്നെ,ങ്കിലും,

ആലശീല കവിഞ്ഞപോലന്നു
കാലടിച്ചുകരഞ്ഞുപോൽ!

2

നാളുകൾ, വീണ്ടും നാളുകൾ, തീർന്നി-
താറു കുള്ളന്മാരാണ്ടുകൾ,

പുല്ലിനുള്ള വിയർപ്പുമാലകൾ
ഫുല്ലഹർഷം പൊഴിയ്ക്കുമ്പോൾ,

ചെന്നു തട്ടിപ്പറിയ്ക്കയാണതി-
പ്പൊന്നിലാണ്ട പകലവൻ.

പിച്ചവെച്ചു ഞാനെത്തി മുറ്റത്തെ-
പ്പിച്ചകപ്പൂ പറിയ്ക്കുവാൻ;

എന്നരയിൽക്കിലുങ്ങി താളത്തിൽ-
പ്പൊന്നിൻകിങ്ങിണിക്കൂട്ടങ്ങൾ.

പൂവിറുക്കുവാൻ കൈയണയ്ക്കവേ,
താവി പിന്നിലൊരാരവം:

"തമ്പുരാൻകുട്ടി- നമ്മുടെ ജന്മി-
ത്തമ്പുരാൻകുട്ടിയാണിവൻ."

ഞാനുടനെത്തിരിഞ്ഞു; മുന്നിലായ്-
ക്കാണുമാറായിരുവരെ:

രണ്ടുപേരും വരുന്നതച്ഛനെ-
ക്കണ്ടുപോകുവാനാവണം!

ഞാനുടനെക്കടന്നു വാദിച്ചു
വേണുവിൻ കളഭാഷയിൽ:

"തമ്പുരാൻകുട്ടിയല്ലെ,ന്നച്ഛന്റെ
'തങ്ക'മാണു ഞാൻ കൂട്ടരേ!"

പുഞ്ചിരിതൂകിയേക,നന്യനോ
കൊഞ്ചിയെന്നോടു ചൊല്ലിനാൻ:

"'തങ്ക'മാകിലും ഞങ്ങടെയൊക്കെ-
ത്തമ്പുരാൻകുട്ടിയാണു നീ.

നീ വളർന്നൊരു കേമനാവണം;
നീളെപ്പേരു പരത്തണം;

'തങ്ക'മാകിലും ഞങ്ങടെയൊക്കെ-
ത്തമ്പുരാൻകുട്ടിയാണു നീ."

3

അന്നു നേരം കറുത്തിടുംവരെ
നിന്നു ഹൃത്തിലിച്ചിന്തകൾ;

തമ്പുരാൻകുട്ടി - കാലനാമൊരു
തമ്പുരാൻകുട്ടിയാണു ഞാൻ!

ഉള്ളതെല്ലാം മറന്നുകൊണ്ടു ഞാ-
നല്ലിലൊറ്റയ്ക്കുറങ്ങുമ്പോൾ

ഭക്തിപൂർവ്വം പറകയാണെന്നിൽ
സക്തിയാളുമടിമകൾ:

"തമ്പുരാൻകുട്ടി നമ്മുടെ ജന്മി-
ത്തമ്പുരാൻകുട്ടിയാണിവൻ."

ഹന്ത, ഞെട്ടിക്കരഞ്ഞലറി ഞാ-
നന്ധമൂകമാം യാമത്തിൽ!

അത്രമാത്രം പകയ്ക്കയും ചെയ്താ-
രച്ഛനമ്മമാരാകവേ:

"കണ്ടിടേണം പണിക്കരെ;ക്കുഞ്ഞി-
നുണ്ടു ദേവതോപദ്രവം!"

4

എത്ര രാശിക്കാ,രെത്ര മണ്ണാന്മാ,-
രെത്ര മാന്ത്രികശ്രേഷ്ഠരും

എത്തീലുള്ളം പഴുത്തീലന്നെ,ന്നിൽ-
ച്ചിത്തശാന്തി വരുത്തുവാൻ;

എന്നെ ബാധിച്ച 'ശക്തി'കളെല്ലാ-
മെന്നെന്നേയ്ക്കുമകറ്റുവാൻ!

പാഴൂരിൽപ്പോയി പ്രശ്നം വെപ്പിച്ചു
പാദചാരിയാമെന്നച്ഛൻ;

കല്ലൂരിനാൽ ബലിക്കളയിച്ചു,
കണ്ട ദോഷമകലുവാൻ.

മണ്ഡലമാകെക്കാട്ടുമാടത്തെ-
ക്കൊണ്ടൊരു തിലഹോമവും,

ചാത്തർനായർ കുറിയ്ക്കുമാറുള്ള
ചാർത്തിൽക്കാണും ചികിത്സയും-

ചെയ്തിടാതെയില്ലെന്മനസ്സുഖം
കൊയ്തെടുപ്പതിനൊന്നുമേ.

രക്തചന്ദനം പൂശി, മാന്ത്രിക
രക്ഷ കെട്ടി നടക്കലും,

ഏതു കൈപ്പുകഷായവും കഴി-
ച്ചേറെക്കാലം കിടക്കലും,

ചെയ്തിടാതെയില്ലെന്മനസ്സുഖം
കൊയ്തെടുപ്പതിനൊന്നുമേ.

5

എന്തു ചെയ്തിട്ടെന്ത,റ്റുപോയതി-
ല്ലെന്റെ ദേവതോപദ്രവം.

ഉള്ളതെല്ലാം മറന്നുകൊണ്ടു ഞാ-
നല്ലിലൊറ്റയ്ക്കുറങ്ങുമ്പോൾ,

ഭക്തിപൂർവ്വം പറകയാണെന്നിൽ
സക്തിയാളുമടിമകൾ.

"തമ്പുരാൻകുട്ടി - നമ്മുടെ ജന്മി-
ത്തമ്പുരാൻകുട്ടിയാണിവൻ."

ഹന്ത, ഞെട്ടിക്കരഞ്ഞലറി ഞാ-
നന്ധമൂകമാം യാമത്തിൽ!

6

അമ്പലങ്ങളാമമ്പലങ്ങളി-
ലമ്പെച്ചെന്നു തൊഴുതൂ ഞാൻ.

നെയ്‌വിളക്കുകൾ വെച്ചൂ ഞാൻ; പണ-
പ്പായസങ്ങൾ കഴിച്ചു ഞാൻ.

നോമ്പുനോറ്റൂ; സഹസ്രനാമമുൾ-
ക്കാമ്പിലൂറിജ്ജപിച്ചൂ ഞാൻ.

ബ്രാഹ്മസന്ധ്യയ്ക്കുണർന്നെഴുന്നേറ്റു;
ബ്രാഹ്മണപൂജ ചെയ്തു ഞാൻ.

ഭാഗ്യസൂക്തമുരുക്കഴിച്ചു ഞാൻ;
ഭാഗവതം ശ്രവിച്ചു ഞാൻ.

ഭിക്ഷ നൽകി ഞാൻ യാചകർക്കൊക്കെ;
രക്ഷ ചെയ്തു പശുക്കളെ.

'ശുദ്ധവാസം കിടന്നു' ഞാൻ; പരി-
ശുദ്ധനായി നടന്നു ഞാൻ.

7

എന്തു ചെയ്തിട്ടെന്ത,റ്റുപോയതി-
ല്ലെന്റെ ദേവതോപദ്രവം.

ഉള്ളതെല്ലാം മറന്നുകൊണ്ടു ഞാ-
നല്ലിലൊറ്റയ്ക്കുറങ്ങുമ്പോൾ,

ഭക്തിപൂർവ്വം പറകയാണെന്നിൽ
സക്തിയാളുമടിമകൾ:

"തമ്പുരാൻകുട്ടി- നമ്മുടെ ജന്മി-
ത്തമ്പുരാൻകുട്ടിയാണിവൻ."

ഹന്ത, ഞെട്ടിക്കരഞ്ഞലറി ഞാ-
നന്ധമൂകമാം യാമത്തിൽ!

8

കാവിവസ്ത്രമുടുത്തു ചെന്നു ഞാൻ
പാവനമാം പഴനിയിൽ.

കാളിമയെഴും കൂറയും ചുറ്റി-
ക്കാടുകേറി ശബരിയിൽ.

മുങ്ങിഞാൻ തിരുനാവയിൽ, പിന്നീ-
ടങ്ങകലെ പ്രയാഗയിൽ.

കാശിയിലുഴിഞ്ഞിട്ടു ഞാൻ തങ്ക-
ക്കാശുകൾ കൈക്കുടന്നയാൽ.

പിന്നെ രാമേശ്വരത്തു ചെന്നു ഞാൻ
പിണ്ഡം വെച്ചു മടങ്ങവേ,

പേരൂരും പോയ്ബ്ബലിക്രിയ ചെയ്തു,
പേരെഴും തിരുനെല്ലിയും.

9

എന്തു ചെയ്തിട്ടെന്ത,റ്റുപോയതി-
ല്ലെന്റെ ദേവതോപദ്രവം.

ഉള്ളതെല്ലാം മറന്നുകൊണ്ടു ഞാ-
നല്ലിലൊറ്റയ്ക്കുറങ്ങുമ്പോൾ,

ഭക്തിപൂർവ്വം പറകയാണെന്നിൽ
സക്തിയാളുമടിമകൾ:

"തമ്പുരാൻകുട്ടി- നമ്മുടെ ജന്മി-
ത്തമ്പുരാൻകുട്ടിയാണിവൻ."

ഹന്ത, ഞെട്ടിക്കരഞ്ഞലറി ഞാ-
നന്ധമൂകമാം യാമത്തിൽ!

10

ഊറിനില്ക്കുന്നു ഞാനുണരവേ
നീരെൻ കണ്ണിന്റെ പോളയിൽ.

മന്ദിരാങ്കണത്തിങ്കലേയ്ക്കു ഞാൻ
മന്ദംമന്ദം നടക്കവേ

പിച്ചകക്കാടിൻ കാതിലവ്യക്ത-
മുച്ചരിക്കുന്നിതാശുഗൻ:

"തമ്പുരാൻകുട്ടി- നമ്മുടെ ജന്മി-
ത്തമ്പുരാൻകുട്ടിയാണിവൻ."

ദൂരെദൂരെനിന്നേറ്റു ചൊല്ലുന്നു
വാരിധിത്തിരച്ചുണ്ടുകൾ:

"തമ്പുരാൻകുട്ടി- നമ്മുടെ ജന്മി-
ത്തമ്പുരാൻകുട്ടിയാണിവൻ."

11

ഒച്ചകൂട്ടി പ്രതിധ്വനിപ്പിപ്പൂ
പശ്ചിമഘട്ടസാനുവും:

"തമ്പുരാൻകുട്ടി- നമ്മുടെ ജന്മി-
ത്തമ്പുരാൻകുട്ടിയാണിവൻ."

മന്ദിരവു,മതിന്നകത്തുള്ള
ബന്ധുതയെഴും ലോകവും,

പിന്നിലാക്കിക്കുതിച്ചകന്നു ഞാൻ,
കുന്നുകേറി മറിഞ്ഞു ഞാൻ.

തീ വിഴുങ്ങി സ്മരണ നീങ്ങുന്നു
ജീവനിലൊരു സർപ്പമായ്;

ഹാ, വിഷം, വീശി ഫൂൽക്കരിയ്ക്കുന്നു
ഭാവനയിൽ ഫണോഗ്രനായ്!

കൊത്തുകൊണ്ടു പിടകയും ചെയ്വൂ
ഹൃത്തടത്തിൻ ഞരമ്പുകൾ!

എത്രവട്ടമുദിച്ചു പിന്നെയു-
മസ്തമിയ്ക്കേണ്ടും ഭാനുമാൻ;

എത്രവട്ടം പൊലിഞ്ഞു പിന്നെയും
കത്തിടേണ്ടും വാരമ്പിളി!

ഞാനലയുന്നു, ഞാനകലുന്നു;
ദൂനമാനസക്ഷീണിതൻ.

നാടുകളും നഗരവും താണ്ടി-
ക്കാടകം പുക്കിരിപ്പൂ ഞാൻ.

പന്തീരാണ്ടു തപസ്സുചെയ്വൂ ഞാൻ
ബന്ധുരാത്മപ്രശാന്തിയെ!

12

കാടുകെട്ടിപ്പടർന്നു നില്പായി
താടി; നീണ്ടു നഖങ്ങളും.

പുറ്റുയർന്നു വളർന്നുപോയെന്റെ
ചുറ്റിലും ഗുഹപോലവേ.

സർപ്പരാജികളെന്റെ കണ്ഠത്തിൽ
നിർഭയം വിഹരിയ്ക്കവേ;

പ്രാവുകളെൻ മുടിച്ചിടകളിൽ
രാവുറങ്ങി നിരന്തരം.

പന്തീരാണ്ടു തപസ്സുചെയ്തു ഞാൻ
ബന്ധുരാത്മപ്രശാന്തിയെ!

13

അക്ഷിഗോചരമായിതപ്പോളൊ-
രക്ഷയപ്രഭാമണ്ഡലം.

ഹാ, വിടരുന്നു ചക്രരൂപമാ-
യാ വിശുദ്ധപ്രഭാങ്കുരം.

മദ്ധ്യഭാഗത്തെ സ്വർണ്ണമഞ്ചത്തിൽ
പട്ടുമെത്ത വിരിച്ചതിൽ,

ചേണെഴുമിളംപുഞ്ചിരിതൂകി-
ക്കാണുമാറായി കണ്ണനെ;

തൊട്ടടുത്തുണ്ടിരുന്നരുളുന്നു
തുഷ്ടയാം സഖി രാധയും.

എന്നടുത്തവരാഗമിയ്ക്കവേ
ഖിന്നഭാവമകുന്നു മേ.

ഹൃഷ്ടനായെഴുന്നേറ്റു വീണുഞാൻ
യഷ്ടിപോലാപ്പദങ്ങളിൽ!

"ആരിതെ",ന്നായി രാധ ഓങ്കാര-
സാരമാം കണ്ണനോതിനാൻ:

"തമ്പുരാൻകുട്ടി നമ്മുടെ ജന്മി-
ത്തമ്പുരാൻകുട്ടിയാണിവൻ."

ചുറ്റുപാടും പിറുപിറുക്കുന്നു.
കുറ്റിക്കാടും വനങ്ങളും:

"തമ്പുരാൻകുട്ടി - നമ്മുടെ ജന്മി-
ത്തമ്പുരാൻകുട്ടിയാണിവൻ."

ചെറ്റുറക്കെപ്പുലമ്പുകയായി
പുറ്റുമണ്ണും കിളികളും:

"തമ്പുരാൻകുട്ടി നമ്മുടെ ജന്മി-
ത്തമ്പുരാൻകുട്ടിയാണിവൻ."

കോടികോടിജന്മാന്തരങ്ങളിൽ,
കോടികോടിവിധങ്ങളിൽ,

പറ്റമായ്ഗ്ഗതികെട്ടലക്ഷ്യമായ്-
ച്ചുറ്റിടും കർമ്മരാജികൾ

പൊട്ടിച്ചീറിച്ചിരിച്ചു പല്ലിളി-
ച്ചട്ടഹാസം പൊഴിയ്ക്കയായ്:

"തമ്പുരാൻകുട്ടി നമ്മുടെ ജന്മി-
ത്തമ്പുരാൻകുട്ടിയാണിവൻ."

ഞെട്ടിയൊന്നു തിരിഞ്ഞുനിന്നു ഞാൻ
പെട്ടെന്ന,പ്പോളങ്ങെങ്ങുമേ

കാറ്റിളകീ-നടുക്കിടും കൊടു-
ങ്കാറ്റിളകീ പൊടുന്നനെ.

അന്നു പൊട്ടിത്തെറിച്ചിതെൻ ചുണ്ടി-
ലഗ്നിപർവ്വതപംക്തികൾ:

“നില്ലവിടെച്ചിലച്ചിടാതെ, നി-
ന്നെല്ലിടിച്ചു പൊടിയ്ക്കും ഞാൻ.”

14

ശബ്ദമില്ലാതൊരു ഞൊടിനിന്നി-
തബ്ദചക്രവും ലോകവും.

ഇത്തിരിശ്ശ്ലയായെന്മിഴികളിൽ-
ത്തത്തി കണ്ണുനീർത്തുള്ളികൾ;

താടിമീശവഴിയ്ക്കവ പിന്നെ-
ത്താഴെ വീണു കുടുകുടെ! ■

മധുവിധു

കളയൂ കളയൂ കദനം വെറുതേ
കരയാനല്ലീ മധുവിധുകാലം.

നീലിമ വീശി, വീശി വീശി
നീലിമ നിൻ നീൾനയനത്തിൽ

കുങ്കുമകാന്തി കലർന്നൂ ബാലേ,
നിൻകവിളിന്റെ മൃദുത്വത്തിൽ;

പവിഴപ്പുറ്റു വിളഞ്ഞുംതീർന്നു
തവരുചിരാധരയുഗളത്തിൽ;

അവതൻ നടുവിൽ,പ്പരഭാഗപ്രഭ-
യരുളാനണിയായ്ത്തൂമുത്തും;

മാറു കനത്തൂ, കൊഴുത്തൂ ജഘനം,
മാന്തളിരൊത്തു തെഴുത്തു നീ.

കളയൂ കളയൂ കദനം; വെറുതേ
കരയാനല്ലീ മധുവിധുകാലം

കാറൊളിമുടിയിലരാളതരംഗം
കാറ്റത്തിളകിപ്പുളയുമ്പോൾ,

ചെഞ്ചുണ്ടുകളിൽപ്പഞ്ചാരപ്പുതു
പുഞ്ചിരി വിങ്ങിക്കുഴയുമ്പോൾ,

പൂങ്കവിളണിവെൺതാമരമലരുകൾ
പുലരിവെളിച്ചം പൊഴിയുമ്പോൾ,

അതിലിരു കൊച്ചുനുണക്കുഴി താരി-
ന്നല്ലികളായി വിളങ്ങുമ്പോൾ,

താരകക്കൈതവമാർന്നൊളിനോട്ടം
താഴ്ത്തും വാരവധൂടികകൾ.

കളയൂ കളയൂ കദനം; വെറുതേ
കരയാനല്ലീ മധുവിധുകാലം

എന്നാലും, മഴമുകിലുകളെന്തേ
വന്നുതടിപ്പൂ തെളിമിഴിയിൽ;

എന്നാലും, വളർമഴവില്ലെന്തേ
മിന്നീലാ പൂങ്കവിളിണയിൽ?

ഉലയാനെന്തേ മാറിട;- മിങ്ങനെ
നനയാനെന്തേ കൺപീലി!

വീർപ്പുകളൂഷ്മളമുതിരാനെന്തേ;
വേർപ്പാൽക്കുറുനിര കുതിരാനും?

ആയീ, തേങ്ങിക്കരയുകയാണോ
നീയി,തിനെന്തൊരു സംബന്ധം!

കളയൂ കളയൂ കദനം; വെറുതേ
കരയാനല്ലീ മധുവിധുകാലം.

തങ്കക്കട്ടേ, വരികെന്നരികെ,-
സ്സങ്കടമരുതുൾച്ചെന്താരിൽ.

വാടിയ നിൻമെയ്ത്താമരവളയം
വാരിക്കോരിയെടുത്തീടാൻ,

സ്വേദിലഗണ്ഡതലത്തിൽച്ചുംബന-
മാദകമുദ്രകളണിയിക്കാൻ,

ഉച്ഛ്വാസോച്ഛ്വലിതാംഗം മാറൊടു
കെട്ടിമുറുക്കിപ്പുണരാനും

എന്തിനുമില്ലേ, ഭവതിക്കിനിമേ-
ലെന്തിനുമില്ലേ, ഞാനില്ലേ?

കളയൂ കളയൂ കദനം; വെറുതെ
കരയാനല്ലീ മധുവിധുകാലം

പൊന്നിനൊരഭിനവസൗരഭചോദന
മെന്നൊടു നീ വന്നിഴുകുമ്പോൾ;

പൂവിനൊരുജ്ജ്വലകിരണപ്രസരം
ഭവതിയിൽ ഞാൻ ചേർന്നലിയുമ്പോൾ

കരളിൽ,ക്കതിരല വിതറും മറ്റേ-
ക്കരളിൻ കണികകൾ വിലയിക്കെ,

ഇപ്പോളെന്തൊരു സുഖമാണല്ലി?
ഇപ്പൊഴുതാവാം നിർവ്വാണം!

പിന്നെയുമുണ്ടു നിനക്കൊരു വേദന:
കണ്ണീരല്ലേ കടമിഴിയിൽ?

കളയൂ കളയൂ കദനം; വെറുതേ
കരയാനല്ലീ മധുവിധുകാലം.

ആപച്ഛങ്കകളാവാം, ശരി, നി-
ന്നാടലിനാകെയൊരാധാരം;

എന്നാ,ലാപച്ഛങ്കകളെല്ലാ-
മിന്നുമുതൽക്കു നിരാധാരം.

വിഷ്ടപമിടിപൊടിയാക്കിടുമാപ-
ന്മുഷ്ടികളെത്ര വലിച്ചാലും,

പിന്നേയും പിരിമുറുകിടലെന്യേ
പിഞ്ഞിടലില്ലീ ഹൃൽപ്രേമം:

വിടവറ്റിറുകിടുമിഴയോരോന്നും
വിശ്വാസത്തിന്നിഴയല്ലേ?

കളയൂ കളയൂ കദനം; വെറുതേ
കരയാനല്ലീ മധുവിധുകാലം.

"...കണ്ടതിനും മേലാത്മസമുന്നതി
കണ്ടെത്തിടുവാൻ കഴിയുമ്പോൾ,

ഉണ്ടാകാമെന്നോർത്തതിലും വലു-
തുണ്ടൊരു നെഞ്ചെന്നറിയുമ്പോൾ,

ഒഴുകാവുന്നതിലധികം താഴോ-
ട്ടൊഴുകാമലിവെന്നാവുമ്പോൾ,

അമൃതലമാലകൾ മേനിയിലമലമൊ-
രസുലഭപുളകം വിതറുമ്പോൾ

ഞാനൊരു കന്യക-ഞാനാളല്ലി-
ന്നാനന്ദത്തിനു ചിറകെട്ടാൻ..."

നനയുകയാണിസ്സുമുഹൂർത്തത്തിൽ-
സ്സുനിയന്ത്രിതമെൻ മിഴിയും ദേവി!

മധുരമനസ്വിനി, മാമകജീവിത-
മധുമാസശ്രീദേവീ, ഞാൻ

കരയാമോ ഹാ, പൂരുഷനല്ലേ;
കരയാതെങ്ങനെ, നരനല്ലേ?

ഒന്നിനുമാളല്ലൊന്നിനുമേ ഞാ-
നിന്നീദ്ദുർബ്ബലനിമിഷത്തിൽ!....

നിൻചുടുനെടുവീർപ്പലകളൊടിടചേർ-
ന്നെൻചുടുനെടുവീർപ്പുയരുമ്പോൾ,

ഇള ജലമംബരമനിലൻ തേജ-
സ്സിവ നവചേതന പുണരുമ്പോൾ,

കരയാം, കരയാം, ലഹരിയിലൊപ്പം
കരയാം നോക്കീ മധുവിധുകാലം! ■

വാടാത്ത താമരയും കെടാത്ത സൂര്യനും

ഒളിചിതറിടുമൊരു പുലരിയിൽ ഞാനാ
വാപീതീരം പൂകി;

കുളിയാരംഭിച്ചീടവേ പൊന്നല-
മാലകളിളകീ ചുഴെ.

കുളിരുന്മേഷമൊഴുക്കീ മാമക-
സിരയിൽ, മൃണാളത്തുമ്പ-

ത്തിളകിയരാളതരംഗാലിംഗിത-
പങ്കജമൊന്നെൻ മുന്നിൽ.

അല്പവികസ്വരമിഴിയൊടെ, നീങ്ങു-
മുറക്കത്തൊടുമാപ്പുഷ്പം

നില്പു വിഭാതസ്നാനാർത്ഥിനിയാ-
മായതലോചനപോലെ.

പൂഷാവാൽത്തറപുക്കൊരു നാടൻ-
കമിതാവെന്നകണക്കെ-

പ്പുഷ്യദ്രാഗവിമഥിതകപോലമൊ-
ടൊളികണ്ണിട്ടും നില്പൂ.

2

അന്നു മടങ്ങും വേളയിലെന്നുടെ-
യന്തഃകരണം പാടീ:

എന്നേ നരരുടെയുൾക്കണ്ണിനെയീ-
പ്രാകൃതഭംഗി വിടർത്തീ?

***

അക്ഷരമാലകളില്ലാത്തവരും
നഗ്നരുമായിക്കാടി-

നന്ത്യയപൂർണ്ണതമസ്സിൽത്തമ്മില-
ടിച്ചുമിളിച്ചും വാഴ്കെ,

നരരക്തേച്ഛയിലകറും ഹിംസ്രമൃ-
ഗങ്ങളൊടേറ്റും തോറ്റും

കുരുവിയെ മാനിനെ മയിലിനെ നിമിഷം
കേട്ടും കണ്ടും നില്ക്കെ,

കാലടിവെപ്പാലൊടിയും ചെടിയുടെ
പൂവിൻ തൂമണമേറ്റി-

ട്ടേലും വിസ്മയമൊരുഞൊടി ദൃഷ്ടിത
ടങ്ങളിൽ നിന്നുതുടിക്കെ,

ഫണവുമുലച്ചരികേയ്ക്കിഴയും കൊടു
വിഷധരമുഖ്യനെ നോക്കി-

പ്പളപളെ നിന്നുചിരിക്കെ,ക്കൊത്തും
മുമ്പു കടന്നുപിടിക്കെ,

ആദികിരാതരപക്വാമിഷഫല-
ജലഭുക്കുകളിടിമിന്നും

നാദം കേട്ടു വിറയ്ക്കെ,ക്കത്തുമ-
രണ്യം കണ്ടുപകയ്ക്കെ,

കാടുപിടിച്ചു പരന്നുമുയർന്നും
നിന്ന ഗഭീരാശ്വത്ഥ-

പ്പോടിലരക്ഷിതമാനുഷഹൃദയ-
പ്രാർത്ഥന ചെന്നുലയിക്കെ,

പലകുറി വിത്തുപിളർന്നൂ മുളകളു-
യർന്നൂ കൂമ്പുവിരിഞ്ഞൂ,

പലകുറി മൊട്ടുകളലരായ്ക്കനിയായ്
വിത്തുകളായും തീർന്നൂ.

പലരെത്തിന്നുമുടിച്ചു നരിയും
പുലിയും ഹരിയും, വേറെ-

പ്പല ദീർഘായുഷ്മാന്മാരിരുളിൽ-
ത്തപ്പിനരച്ചേ മണ്ണായ്.

അങ്ങനെ ദുർഭഗവിധിതന്നമ്പഴ-
ഫലമേ തിന്നു തമസ്സിൽ-

ത്തങ്ങടെ വീക്ഷണമുനകളെ രാവി-
ക്കൂർപ്പിച്ചാഴ്ത്തിയിരിക്കെ,

മൃത്തായ് മാറിയ പുരുഷാന്തരശൃം-
ഖലയുടെ നരമുടിയെല്ലാ-

മൊത്തു തനൂജപ്രജ്ഞയിലൊരു നറു-
നാട്ടുവെളിച്ചം വീശീ.

കല്ലുകളുരസീ, തീയുണ്ടാക്കി,
ശീതമകറ്റീ, തീർത്തു

കന്മഴു, ഗുഹയും കണ്ടുപിടിച്ചൂ,
ചുട്ടുഭുജിച്ചു മാംസം

***

അന്നാണൊ,രുരാവറുതിപ്പൊട്ടനു-
ദിച്ചിട്ടിത്തിരിയാകെ

കണ്ണുമിഴിച്ചൊരു ഗുഹയിലെണീറ്റു
തരുണകിരാതരിലേകൻ.

പച്ചിലമർമ്മരമൊഴുകീടുന്നു,
കിളി പാടുന്നു ദൂരെ,

പക്ഷ്മളമിഴിയാളേക തളർന്നു ശ-
യിപ്പൂ സസുഖം ചാരെ.

ആരിവൾ? ഇവളെത്താങ്ങിയുറക്കിടു-
മഞ്ജനശിലയോ മേലേ

ചാരുതകൊണ്ടീ,ശ്ശിലമേൽച്ചായും
നീലപ്പൂവുടലാളോ?

തന്നുടെ രോമക്കുഴികളിലാകവെ
മാനം മുട്ടും മുള്ളൻ-

പന്നികണക്കെത്തിമിരം നിശിതവി-
ഷജ്വരമാഴ്ത്തിയപാടേ,

തരുനിര ചീറിവിറയ്ക്കെ, തന്നുടെ
പല്ലുകൾ തമ്മിലടിക്കെ,

താരകൾ പാടലമായിവിറയ്ക്കെ,
ബ്ഭീകരമിപ്പോം രാവിൽ,

തലയുടെ മീതെപ്പൊടിമഞ്ഞുള്ളിൽ
ത്തീയും പേറി ക്ഷീണി-

ച്ചലയും താനീ മടയിലകാരണ
മെത്തുപെടാനിടയാകെ,

തടമുല തൻവിരിനെഞ്ചിലുടക്കി
ദ്ദൃഢകരബന്ധമിണക്കി

ച്ചുടുകനലുമ്മകളേകിശ്ശരണം
തന്നവളാണിവളല്ലോ!

ആരിവൾ? ചുരുളൻ ചിടമുടിചിന്നിയു-
റങ്ങുകയല്ലോ കല്ലിൽ

ചാരുത, നിഷ്കളസൗമ്യത, നിഭൃതാ-
ശ്വസ്തത, തന്നുടെ ചാരെ.

അവളേൽക്കുംവരെ, നോവും നൂതന-
മധുരസമാധിയിലാണ്ടാൻ

അനുനിമിഷം കനമേറിവരുന്നോ-
രശ്രുകണക്കാക്കാടൻ.

***

വെളിയിലിറങ്ങീ; ചുമലൊടു ചുമലും
കൈയൊടു കൈയും ചേർത്തുൾ-

പുളകം ഹിമവലയിതമാം കാല്യ-
ച്ചെറുചൂടേറ്റു നടന്നു;

പായൽപരന്നോരബ്ജതടാക-
ക്കരയിലുരുമ്മിയിരുന്നൂ

പാഷാണോപരി; കാലടികൊണ്ടോ,
ചപ്പിളികൊട്ടീ നീരിൽ.

കരളിനുകോടിച്ചിറകുണ്ടായെ-
ന്നന്നവരോർത്തു, വിണ്ണിൽ-

പ്പറവകൾ ചിന്തും പാവനകീർത്തന-
ശൈലികളെച്ചെവിടോർത്തു.

രുചിരസ്വപ്നം മാതിരിമിന്നും
വാരി കുടന്നക്കൈയിൽ-

ക്കോരിത്തെല്ലിട നോക്കിയിരുന്നു;
പിന്നെദ്ദാഹം തീർത്തൂ.

പുഞ്ചിരിതൂകിയസംസ്കൃതമായ നി-
രങ്കുശഭാഷയിലെന്തോ

കൊഞ്ചീ ചിത്രമുദാത്തവുമനുദാ-
ത്തവുമാം ശാരീരത്തിൽ.

ഇണചേർന്നിട്ടുണ്ടിരുവരുമാരോ-
ടെല്ലാം? എന്നാലിമ്മ-

ട്ടനുഭവമറിവായിട്ടില്ലല്ലോ
പോയ വയസ്സിന്നുള്ളിൽ!

തലനാർക്കോടിവരെ നീന്തുകയല്ലോ
പരമാണുക്കളിലെല്ലാം

അലഘുവൊരീറൻനീറ,ലജയ്യവി-
ഷാദവിലീനാനന്ദം!

പണ്ടറിവുള്ള മുഖങ്ങളിലൊന്നും-
തന്നെ വിമോഹനമല്ലീ-

ക്കണ്ടതിനോളമെന്നന്നവരൊന്നും-
കൂടിച്ചേർന്നിറുകുമ്പോൾ

പരിശോധിച്ചാരിണയുടെ മെയ്യിൻ
വളവും ചെരിവും കയ്യാൽ-

ക്കരളാൽക്കണ്ണാൽ ശ്വാസം വാപീ
ജലതലസദൃശം നില്ക്കെ,

വേനലിലുച്ചയ്ക്കതിരില്ലാത്തൊരു
മരുഭൂപറ്റിയ ദീന-

പ്രാണികൾ കാണാനിടയാം ലവണജ-
ലത്തിനെയെന്നതുപോലെ,

കോരിയശിച്ചാരത്രയ്ക്കത്രത-
പിച്ചുപെരുക്കും തൃഷ്ണാ-

ഭാരത്തോടവരിണയുടെ ചകിരി-
ക്കുഴലും, കരിമീൻകണ്ണും,

കല്ലുളിപോലാം ചിബുകം, തെങ്ങോ-
ലപ്പൊളിപോലാം ഫാലം,

ഫുല്ലജപാപുഷ്പംപോലാം ചെവി,
തൊണ്ടിപ്പഴമെതിർചുണ്ടും,

പുഞ്ചിരിചൊരിവൊരീഷന്നീല-
ത്തെളിവെൺപലകപ്പല്ലും,

നെഞ്ചിൻ വിരിവും, ജാനുവിലോളം
നീണ്ട പരുക്കൻ കയ്യും,

കീലകുലംപോലൊട്ടു ചുവപ്പാം
തൊപ്പകൾ, നീണ്ട നഖങ്ങൾ,

താലതരുക്കളെയോർപ്പിക്കും ദൃഢ
പരുഷായതമാം മെയ്യും.

ഒടുവിൽത്തമ്മിലലച്ചുപുണർന്നു മ-
റന്നു തളർന്നാരാഴി-

ക്കരയിൽത്തിരപോൽ ശ്വാസപരമ്പര
കുതറിച്ചുണ്ടിലടിക്കെ.

മാനവവംശമഹാസംസ്കൃതികഥ-
മറ്റൊരു വികസിതരൂപം

പൂണ്ടുമനന്തരസർഗ്ഗാരംഭ-
പ്രോജ്ജ്വലഗാനംപോലെ,

സ്ഥലകാലങ്ങളിലൂടെ വിദൂരവി-
ദൂരതലങ്ങളെ നോക്കി

ചലനിശ്ചലവസ്തുക്കളിലാകെ-
ശ്ശാശ്വതപുളകമിണക്കി

പാരിലുമൃക്ഷഗണത്തിലുമഭിനവ-
ദീപ്തിവിശേഷമൊഴുക്കി

പായും മൂകമനോഹരമാമൊരു
പാവനഗാനംപോലെ,

കാമിനി ചൂണ്ടിക്കാട്ടി, "നീയാ-
ബ്ബാലാരുണനെപ്പോലെ!"

കാമി തുടർന്നൂ, "നീയിപ്പുളയും
ചെന്താമരമലർപോലെ!"

***

എത്ര തണുപ്പൻഹേമന്തത്തെ
ദൂരെയകറ്റീലെന്നി-

ട്ടെത്ര വിയർപ്പു കുടിക്കും വേനൽ
ക്കാലങ്ങളെയും കാലം

ഇരുപുറമുദയാസ്തമയത്തൂവലു-
യർന്നാൽപ്പകലും താണാ-

ലിരവും വരുമാറക്ഷീണോൽബണ-
പക്ഷനിപാതംമൂലം!

ഉൽബ്ബണമാമാച്ചിറകിൻ വത്സല-
നിഴലത്തല്ലോ മെല്ലേ

നിർഭയമായിത്തീർന്നു വളർന്നേ
വന്നു മനുഷ്യചരിത്രം!

കല്ലുളികൊണ്ടു നുറുക്കിയ മാംസം
കായ്കനി മൺപാത്രത്തിൽ

കരിയിലകൂട്ടിയ തീക്കടെ വേവി
ച്ചുണ്ടും, പറ്റം ചേർന്നും,

ചീരമുടുത്തും, പച്ചിലമാടം
തീർത്തുവസിച്ചും, വൃക്ഷം-

കേറിത്തേനടചീന്തിയെടുത്തു ഭു-
ജിച്ചും, കാടു ഭരിച്ചും,

പാലാമമൃതു ചുരത്തും പൈക്കളെ
യാരാധിച്ചും, മേച്ചും,

താഴ്വരതോറുമലഞ്ഞും, പാടിയു,
മാടിയു,മങ്ങനെ വാഴ്കെ,

പാത്രം പണിയാൻ മാന്തിയ മണ്ണിലി
രുമ്പും പൊന്നും ചെമ്പും

പാർത്തൂ നര,രാപ്പാത്രങ്ങളിലോ
കലയുടെ വല്ലികൾ പൂത്തു.

പ്രകൃതിഭയാകുലനൊരുവനു തോന്നീ:
മൺപാത്രത്തെപ്പോലെ

പ്രകടവിഷാദാധീനം നശ്വര-
മാണീ മർത്ത്യശരീരം.

ചിന്തകളുരസിച്ചെന്നൂ, സൃഷ്ടി
സ്ഥിതിലയകാരണമായി-

ട്ടെന്തോ കേവലതത്വത്തെച്ചിലർ
കണ്ടതുപോലെത്തോന്നീ.

താഴ്വരയിൽപ്പടുകാടുകൾ കൊത്തി,
പ്പുഴയുടെ പച്ചപ്പള്ളം

താവളമാക്കി, ക്കൃഷിചെയ്തും, ജല
സേചിതമാം കൃഷിചെയ്തും,

ജനത വസിച്ചിട്ടിതളുകളായി വി-
ടർന്നു നാട്ടുപുറങ്ങൾ,

ജനത രചിച്ചിട്ടല്ലികളായി-
പ്പട്ടണപംക്തിയുയർന്നു.

കലയുടെ ദിവ്യക്ഷേത്രമുണർന്നൂ,
ജീവിതചേതനയൊട്ടു-

ക്കലഘുതരദ്രുതതാളസ്വരവില-
യിതമായ് മാറുകയായീ.

കടലിൽക്കരയിൽച്ചിലർ തൂവിയ നെടു-
വീർപ്പും നിണവും വേർപ്പും

ചുടുകണ്ണീരും ശിഖയും നഖവും
മാംസവുമെല്ലും പല്ലും

നവരത്നാവലിയായി നേടിത്തന്ന ന-
വഗ്രഹചക്രംകൂടി.

അതിരുകൾ വീണൂ ഭൂമിക്ക,മൃതക-
രാഭയിലവിടെപ്പെയ്തൂ

കഠിനസ്മിതമസിതാസിത്തുമ്പുകൾ
നരിയുടെ കണ്ണുകൾപോലെ,

അതിരുകളെപ്പലർ വന്നു തിരുത്തീ
ജനരുധിരങ്ങളിൽ മുങ്ങി-

ക്കുതിരും ചെങ്കോലുകളാൽ, ആകെ-
ക്കലുഷിതമായീ ഭൂമി.

അറിവൊരു വാമനനായ്, മണ്ണെണ്ണ, സെ-
മെന്റും, വെടിയുപ്പും, കൽ-

ക്കരി, റേഡിയവും, ടാറും, വിദ്യു-
ത്ത,ണുവും നേടി വളർന്നു.

***

ഞാനാലോചിക്കുകയാം: ചെന്താ-
രെത്ര വിരിഞ്ഞു പിന്നെ

ഞായറിൽനിന്നേ നീണ്ട സരാഗക-
രാവലിതൻ ചെറുചൂടാൽ?

എത്ര കവീന്ദ്രന്മാരതു പാടി-
ത്തങ്ങടെ കാലം കാണും

മർത്ത്യപ്രേമകഥാഹൃദ്രുതിയെ
വ്യഞ്ജിപ്പിച്ചും തീർന്നൂ?

എന്നാലിന്നും നൂതനശോഭാ-
മഞ്ജുളമായേ കാണാ-

യെന്നുടെയന്തർന്നേത്രങ്ങൾക്കാ
രാഗകഥാമൃതമെന്തോ?

3

അന്നുമടങ്ങിവരുമ്പോ,ളെന്നെ-
ത്തേടിപ്പടിവരെ നീളും

കണ്ണിലൊരുൽക്കണ്ഠവ്യഥ ചുണ്ട-
ത്തല്പസ്മിതവും ചൂടി,

മഷിയെഴുതും മുമ്പീ,റൻനീല-
ച്ഛായലൊതുക്കിച്ചീകി-

പ്പൂതുമലർ ചൂടും മുമ്പേ, ചാന്തും
ചന്ദനമണിയും മുമ്പേ,

ഈറനുടുപ്പു വിഴുക്കും മുമ്പേ,
കരിയും നീറും പറ്റി,

താരുടൽ വാടി,ത്തീച്ചൂടേല്ക്കെ-
പ്പൊടിവേർപ്പുകളും മുറ്റി,

"ചായ തണുത്തേ പോയെ"ന്നുള്ളൊരു
കുണ്ഠിതമോടെന്നോമൽ-

പ്രേയസി നിൽപ്പൂ വാതിൽപ്പഴുതിൽ;
കുതിരുന്നൂ മമ നോട്ടം.

അറിവു ഞാനാദ്ദുർബ്ബലനിമിഷാ-
ഘാതം മൂലം: പൊൽത്താ-

രരുണന്മാരേ, നിങ്ങടെ രാഗം
നിത്യാകർഷകമത്രേ

പൂർണ്ണതപൂണാനുഴറി യുഗങ്ങളി-
ലൂടെയൊലിക്കും മർത്ത്യ-

പ്രാണനിലാലക്തികമാം ദിവ്യ-
മഹത്വം നിലനിൽപ്പോളം. ■

ആകാശത്തിന്റെ മക്കൾ

തുടങ്ങീലവസാനിപ്പീ-
ലെന്ന വിസ്മയജന്മമേ,
മലരും കണ്ണിനെപ്പുൽകും
നിത്യനീലശരീരമേ,

നിന്റെ ശുഭ്രദുകൂലംപോ-
ലുലയുന്ന ദിനപ്രഭ
മുഷിയുന്നൂ, വിഴുപ്പൂരി
വീണ്ടും കോടി ധരിപ്പു നീ.

നിന്റെ പട്ടുത്തരീയത്തി-
ന്നിരു കോന്തല പോലവേ
തിളങ്ങുന്നൂ വിഭാതാസ്ത-
വർണ്ണവും നിത്യനൂതനം.

മന്ദാക്ഷമധുരം നിൻ പാൽ-
ച്ചിരിപോലെ നിലാവൊളി
ചരാചരങ്ങളിൽക്കോരി-
ത്തുളിപ്പൂ ലയമിന്നുമേ.

ഇന്നും ദ്യുമണി നിൻ സ്വർണ്ണ-
കിരീടംപോലപാംസുലം;
ഇന്നും വിധു വിചിത്രം നിൻ
ചന്ദനക്കുറി മാതിരി;

ഇന്നും നവീനം നിൻ മുത്തു-
മാലപോലുഡുരാശിയും
കിഴിയും നിന്നരഞ്ഞാണം-
പോലെയാകാശഗംഗയും.

കുലീനമായ് സ്സുഭഗമായ്,
സ്വച്ഛമായ്,സ്സുഗഭീരമായ്
ദിനകൃത്യം നിർവ്വഹിക്കു-
മാത്മവത്സലനല്ലി നീ!

നിലപ്പീലപ്പൊഴും പക്ഷേ
നിന്റെ മോഹനനർത്തനം:
അറിവു ഞങ്ങൾ നിൻ പാദ-
സ്പന്ദനം ഹൃദയങ്ങളിൽ

***

മഹാബലസുനാമാവേ,
നിന്റെ ശാശ്വതനർത്തനം
താളവട്ടം തോറുമുള്ള
കലാശത്തോടടുക്കവേ,

വാരിവാഹക്കരിഞ്ചായൽ-
ച്ചുരുളാടിക്കുലുങ്ങവേ,
വെൺമുകിൽത്താമരപ്പൂക്ക-
ളൂർന്നു വാടി നശിക്കവേ,

നിന്റെ വേർപ്പിൻ പൊടികളാം
മാരി പെയ്തു പരക്കവേ,
നിന്റെ ദീർഘശ്വസിതമാം
കാറ്റുദഗ്രമടിക്കവേ,

മൂകതാമധുരം നിന്റെ
മണിവേണൂക്തിവൈഖരി
ജഡാന്തരത്തിലും ജീവ-
സ്സിനെത്തട്ടിയുണർത്തവേ,

പ്രതീചിയിൽ പ്രാചിയിലും
ചക്രവാളതടങ്ങളിൽ
പാതി പൊങ്ങിക്കാണുമാറു
തെളിഞ്ഞും മാഞ്ഞുമങ്ങനെ

മാറിമാറിത്തുടിപ്പൂ നിൻ
നാനാവർണ്ണച്ചിലമ്പുകൾ
മഴവില്ലുകളെന്നെങ്ങ-
ളോതും കാന്തിത്തിടമ്പുകൾ.

***

അഹോ, ശരി, ഭവന്നിത്യാ-
ഡംബരപ്രിയകാരണം
അറിവൂ: നീ കൊതിക്കുന്നൂ
കൊടുംവിന മറക്കുവാൻ!

അമേയാനന്ദനിർമ്മഗ്ന-
നാകിലും ദുഃഖിയാണു നീ
നൃത്യനിർമ്മുക്തിയില്ലാത്ത
നിന്നിലെബ്ഭ്രാന്തിയല്ലീ നീ?

ഒരിക്കൽ നിൻ തീവ്രതാപ-
മടർന്നുരുകി വീഴവേ
അതിന്നുണ്ടായ പേരല്ലോ
'ഭൂമി'യെന്നതനന്തമേ!

അതുകൊണ്ടോ, പാരിലോരോ
ജീവാത്മാവും നിഗൂഢമായ്
കേണീടുന്നൂ, കണ്ണുനീരിൽ-
ജ്ജലജം വിരിയുംവരെ?

സുഖാസവത്തിന്നു വേണ്ടി-
ദ്ദാഹിക്കും ജീവകോടികൾ
ചിരായാസത്തിനാൽ ജ്ഞാന-
പ്പഴമെത്തിപ്പിടിപ്പതും,

അതിന്റെ രുചിയെപ്പറ്റി-
ക്കരളുച്ചത്തിൽ മൂളവേ
പഴം ഞെക്കിപ്പിഴിഞ്ഞൊറ്റ
വലികൊണ്ടു കുടിപ്പതും,

വ്യർത്ഥമെന്നറിവൂ, രക്ത-
നാഡി നീറി നുറുങ്ങവേ,
പഴച്ചാറിൻ മാരകമാം
വീര്യം കത്തിപ്പിടിക്കവേ.

എന്നാലും ജീവകോടിക്കി-
ല്ലധീരത തരിമ്പുമേ;
നിതാന്തസ്മിതമോടിന്നും
ഘോഷിക്കുന്നു മഹോത്സവം!

***

തുടങ്ങീലവസാനിക്കി
ല്ലെന്ന വിസ്മയജന്മമേ,
മലരും കണ്ണിനെപ്പുൽകും
നിത്യനീലശരീരമേ,

പല നൂറ്റാണ്ടിന്റെ ബാഷ്പ
മുൾക്കൊണ്ടു വികസിച്ചവർ,
നിനക്കൊത്തവിധ മുള്ളിൽ
പ്പുഷ്പമൂതി വിടർത്തുവോർ

നിന്റെയസ്വാതന്ത്ര്യദുഃഖ-
പരിമാണമളക്കുകിൽ,
സഹതാപൗഷധം നിന്റെ
മൗലിയിങ്കൽപ്പൊഴിക്കുകിൽ

അതിലൊട്ടുമഹംഭാവ-
ച്ചുവ കാണേണ്ടതില്ല നീ:
പുലർന്നതാ നിന്നിലല്ലീ
ഞങ്ങൾ, ഞങ്ങളിലല്ലി നീ?

അറിഞ്ഞൂർജ്ജസ്സേൽപ്പു ഞങ്ങൾ-
ഒന്നേ താങ്കളുമെങ്ങളും
പാലിലെപ്പതയെപ്പോലെ,
തീയിലെ ജ്വാലപോലെയും! ■

കുട്ടപ്പൻ എന്ന കോമരം

പണിയില്ലാതെ തെണ്ടിനടന്നു
പാറത്തൊടിയിൽ കുട്ടപ്പൻ

പള്ളപൊറുപ്പിനു കോമരമായി-
ത്തുള്ളിച്ചാടിയ കുട്ടപ്പൻ.

അമ്പലനടയിൽ ചാടിച്ചാടിയൊ-
രമ്പതുകൊല്ലം തീർന്നില്ലേ?

തന്നാലിനിമേലാവില്ലപ്പണി-
യെന്നൊരു കാലം വന്നില്ലേ?

പീടികതോറും വീടുകൾതോറും
പിച്ചയെടുത്തു നടക്കുമ്പോൾ

ആൽത്തറയിന്മേൽ കേറിയിരുന്നവ-
നല്പം നേരം ചിന്തിച്ചു:

"മണ്ണോടു ചേരാറായീ കാലം:
മടിയിലൊരൊറ്റക്കാശില്ല.

എന്തിനുവേണ്ടിജ്ജീവിച്ചു ഞാ-
നെന്നതിനുത്തരമില്ലല്ലോ!

കോവിലിലുണ്ടൊരൊരുമ്പെട്ടവൾ; അവൾ
തൂവിടുമെന്നിൽ കാരുണ്യം

എന്നു ധരിച്ചു: കണ്ണുമിഴിച്ചീ-
ലെന്നുടെ നേരെക്കൂത്തിച്ചി.

എന്തുപിഴച്ചൂ കുട്ടികൾ? മേലാ-
ലെല്ലാർക്കും വഴിയാധാരം!

പാരിലെനിക്കിനി മറ്റാരുള്ളൂ
പേരാലേ, നീയല്ലാതെ

കാരണവപ്പാടെ,ൻകാമിലയിൽ
കരണീയത്തെത്തെളിയിക്കാൻ?"

ഒരു പടി നാവാൽ പേരാലോതിയ
മറുപടി കേൾക്കെക്കുട്ടപ്പൻ

പിച്ചപ്പാളയെറിഞ്ഞു ദൂരെ,യ-
തുച്ചച്ചൂടിലുണങ്ങിപ്പോയ്.

***

പിറ്റേദ്ദിവസം പുലരുംനേരം
മറ്റൊരു ദേശം കാണുന്നു:

പേരാൽത്തറയിൽ കുത്തിയിരിപ്പൂ
പേരില്ലാത്തൊരു സന്ന്യാസി

ഭസ്മം പൂശിയ ദേഹത്തോടെ,
ഭക്തന്മാരിൽ കൃപയോടെ.

നാനാവ്യാധിക്കാരായാളുടെ
നാലുപുറത്തും നിൽക്കുന്നു;

കഥ വിവരിച്ചവർ തേങ്ങിത്തേങ്ങി-
ക്കരയുന്നതവൻ കാണുന്നു.

നെഞ്ചിലിടംകൈ ചേർത്തിട്ടിന്ദ്രിയ-
മഞ്ചുമടച്ചാസ്സന്ന്യാസി

മന്ത്രം ചൊല്കെക്കവിളിൽദ്ദുഃഖം
പന്തംപോലെത്തെളിയുന്നു.

ഒടുവിൽ വലംകൈമുഷ്ടി വലിച്ചവ-
നൊരു പിടി വെണ്ണീറെറിയുമ്പോൾ

വിട്ടൊഴിയുന്നു മാറാവ്യാധിക-
ളൊട്ടുക്കെ,ന്തു മഹാശ്ചര്യം!

ഡോലിയിൽ വന്നവർ ദൈവം നൽകിയ
കാലിൽത്തിരികെ പോകുമ്പോൾ

കനകം പെയ്തു യമിയുടെ കാൽക്കൽ
കാവിൽക്കോഴിത്തലപോലെ.

***

എന്നാൽ സൂര്യൻ മറ്റൊരു നാളിൽ
കുന്നിൻമുകളിലുദിച്ചപ്പോൾ

ആൽത്തറവക്കത്തോർത്തന്മാരു-
ണ്ടനവധി നിന്നു പരുങ്ങുന്നു.

ആരുമൊരക്ഷരമുരിയാടുന്നി-
ല്ലാൽത്തറയിന്മേലാളില്ല!

എവിടെപ്പോയീ മാന്ത്രികനിന്നേ-
യ്ക്കെവിടെപ്പോയീ സന്യാസി?

ഭസ്മം പൂശിക്കുത്തിയിരുന്നൊരു
ഭക്തജനപ്രിയനെവിടെപ്പോയ്?

***

തിരികെ നാട്ടിൽ ചെന്നൊരു പുത്തൻ-
പുര തീർപ്പിച്ചൂ കുട്ടപ്പൻ,

പുരയിൽ കട്ടിലിൽ മെത്തയിലാദ്യം
പിരടി നിവർത്തി കുട്ടപ്പൻ.

ഒന്നു മയങ്ങി, മയങ്ങീല: - പ്പോൾ
വന്നൂ ഭഗവതി പക്കത്തിൽ,

പുഞ്ചിരി തൂകിച്ചാരെയിരുന്നു,
പഞ്ചാമൃതമാം മൊഴി തൂകീ.

“കാലടിവെപ്പിൽ കാലടിവെപ്പിൽ
കാത്തരുളും ഞാനാശ്രിതനെ,

കാലം വന്നാൽ പൊക്കിയുണർത്തും
കടമിഴിമുനയാലാശ്രിതനെ.

നിന്നിൽക്കരുണ പൊഴിച്ചീലാ ഞാ-
നെന്നിനിമേലിൽപ്പറയൊല്ലാ.

ഒരു നാളെന്നെ വരിച്ചവനെപ്പി-
ന്നൊരു നാളും ഞാൻ വെടിയില്ല."

കുളിരോലും മൃദുപാണിതലത്താൽ-
ക്കളഭം പൂശുന്നതുപോലെ

തെറ്റെന്നംബിക കുട്ടപ്പൻതൻ-
നെറ്റിവിയർപ്പു തുടച്ചപ്പോൾ

ചാടിയെണീറ്റു പുണർന്നാനത്തിരു-
ച്ചരണം രണ്ടു ഭുജത്താലും:

അംബികതന്നരവാളലകിന്മേ-
ലമ്പുമവൻതൻമൂർദ്ധാവിൽ

കിളരും ചോര വളർന്നൂ പൂജ-
ക്കിണ്ടിയിൽനിന്നു ജലംപോലെ.

പുത്രകളത്രജ്ഞാതികൾ വന്നാ-
ച്ചിത്രം നോക്കി നടുങ്ങുമ്പോൾ

ബോധംകെട്ടു കിടക്കുകയത്രേ
സാധിതകാമൻ കുട്ടപ്പൻ:

കട്ടിൽക്കാലിൽ കൈകൾ മുറുക്കി-
ക്കട്ടച്ചോരയിലാറാടി

നിത്യതപോലെയുറങ്ങുകയത്രേ
നിർവൃതി പൂകിയ കുട്ടപ്പൻ! ■

അപരാധി

ഇരവാണേ, കാന്തമാണാ, മണിയറയ്ക്കുള്ളി-
ലെരിവൂ സൗമ്യോദാരനിശ്ചലാകാരം ദീപം.

പാലൊളിക്കിടയ്ക്കമേൽച്ചായുന്നു ചെരിഞ്ഞെന്റെ
പാതിമെയ്യവളുടെ പാതിമെയ്യാമീ ഞാനും.

കൂരിരുൾച്ചുഴിക്കുത്തിലാ നിലവിളക്കിന്മേൽ
കൂമ്പിടും ശിഖ പുഷ്യരാഗമെന്നന്ധാളിക്കെ

നിഷ്പന്ദമെൻ നേത്രത്തിലുയർന്നൂ പിന്നെപ്പിന്നെ
നിർഭരവ്യഥാമന്ദധൂമിലമേതോ ചിത്രം.

ഭിത്തിമേൽ ഘടികാരം തുടിപ്പൂ നിതരാമെൻ
ഹൃത്തടംപോലെ ഭാവിഭാവിയെന്നനുമാത്രം;

വിറക്കൊൾകയും ചെയ്‌വൂ നേർത്തുനേർത്തെന്നാത്മാവൊ-
രരയന്നത്തൂവൽപോൽ ബ്ബലഹീനമുന്നിദ്രം.

സത്വരമമർന്നിതെൻ ചുണ്ടുകളെന്നാപന്ന-
സത്വതൻ പരിക്ഷീണസ്വേദിലനിടിലത്തിൽ!

2

തന്നുടേതായിട്ടുള്ളതെന്തുമേ സവിശ്വാസ-
മെന്നിലേ നിക്ഷേപിച്ചു ചോദിച്ചാളവളപ്പോൾ,

"ഇത്തിരി തലോടാമോ വയറ്റത്ത" കളങ്ക-
ചിത്തത്തിൻ മൃദുശ്വേതരശ്മികളൂറീ കണ്ണിൽ.

ശാന്തമെൻ മിഴിയിണ മെല്ലവേ പതിയുന്നൂ
താന്തയാമവളുടെ തികഞ്ഞ വയറിന്മേൽ:

അഗ്ഗർഭപാത്രത്തിങ്കൽക്കാലിളകുന്നൂ, കാണാ-
മൽപ്പമീലിതമെന്റെ കണ്ണിന്നാച്ചലനങ്ങൾ.

തടവായ്ത്തീരാമെന്നോ ജനനീജഠരവും
ശിശുവിന്നനുക്രമനിത്യമാം വികാസത്താൽ!

ഉച്ചത്തിൽക്കരയുവാൻ, വായുവിൽക്കാലിട്ടടി-
ച്ചുച്ഛ്വസിക്കുവാ,നമ്മതൻ മുലപ്പാലുണ്ണാനും

പൈതലിലൂറീടുന്നു ജീവവാസനയല്ലീ,
കൈതപ്പൂവിതൾകളിൽ സ്സൗരഭ്യപൂരംപോലെ!

പരിപേലവമായിപ്പരിശുദ്ധവുമായി
വിരിയും നവമാമിമ്മാനുഷ്യമുകുളത്തെ,

ആഭ്യന്തരാത്യുൽക്കൃഷ്ടശക്തിതന്നുത്സേകത്തെ,-
യാദ്യന്തവിഹീനോത്താളോൽബ്ബണവൈചിത്ര്യത്തെ

എങ്ങനെയാരാധിക്കും പൂരുഷൻ? അകന്നക-
ന്നിങ്ങനെ നില്പാനല്ലാതില്ലെനിക്കധികാരം.

3

ശാന്തമെൻ മിഴിയിണ പതിഞ്ഞൂ മെല്ലേ വീണ്ടും
താന്തയാം ഗൃഹിണിതൻ മോഹനവദനത്തിൽ.

അമ്മയ്ക്കു,കിടാവോരോ കുറിയും തുടിക്കെ,ത്ത-
ന്നുണ്മ വിസ്മൃതികൊണ്ടു നിഭൃതം മൂടിപ്പോകെ,

നാഡിയിലൊരായിരം മൊട്ടുസൂചികളായി-
പ്പീഡകൾ തറഞ്ഞേറിപ്പാഞ്ഞിടുമ്പോഴും പക്ഷേ

ഉദ്രസം വിടർന്നുപോയ്ച്ചുണ്ടുകൾ; എന്നാൽച്ചിന്താ-
മുദ്രിതമായും പോയിതപ്പൊഴേയ്ക്കവ വീണ്ടും-

അത്യഗാധവുമപാരവുമാം പാരാവാര-
ഹൃത്തിൽനിന്നിരച്ചെത്തിത്താണുപോം തിരപോലെ.

ഈറനാ,യലസമായ്ദ്ദീർഘമായകന്നുപോ-
മീക്ഷണങ്ങളിൽ നൃത്തം തത്തുകയാവാമിപ്പോൾ

വളരും കുഞ്ഞിന്റേതാം നിമിഷങ്ങളിലൊക്കെ-
ക്കിളരുമുൽക്കണ്ഠകളൂഷ്മളസംതൃപ്തിയും-

പൊട്ടിവീണുപോമിപ്പോളിപ്പോളെന്നിടിവെട്ടും
കട്ടിക്കാറണികളിൽത്തൂമിന്നൽപ്പിണർപോലെ.

ധീരമീ മഹാത്യാഗസുന്ദരയജ്ഞംമൂലം
സൂരനെക്കാളും ജ്യോതിർമ്മയിയായ്ത്തീരും സ്ത്രീയിൽ

എങ്ങനെ കൈവെയ്ക്കേണ്ടൂ കേവലം മണലിന്റെ
മങ്ങലുകൾക്കൊള്ളും ലജ്ജാവഹമാം പുരുഷത്വം?

4

"ഇത്തിരി തലോടാമോ വയറ്റത്തെ?-"ന്നിൽ പ്രേമ-
നിർഭരാപാംഗം നട്ടു ചോദിച്ചു സഖി വീണ്ടും.

"കർമ്മഭീരുവോ നീ?" എന്നുച്ചത്തിൽച്ചിരിക്കുന്നൂ
ധർമ്മബോധാവേഗാതിതീക്ഷ്ണമാം മനസ്സാക്ഷി.

പവനോച്ചലിതമാം പുഷ്പത്തിലമൂല്യമാം
പവിഴംപോലെ മിന്നും മാരിത്തുള്ളികൾക്കൊപ്പം

എന്മിഴികളിലശ്രുബിന്ദുക്കളുതിരുന്നു;
നിർമ്മലം ശോഭിക്കുന്നുണ്ടപ്പൊഴും മണിദീപം.

സ്വർഗ്ഗത്തിന്നനുഗ്രഹകാന്തികളണിഞ്ഞെത്തി
സ്വപ്നങ്ങളാടീടുന്നൂ, കാറൊളിനിഴൽകളും.

അത്രമേൽ പ്രേമാമൃതസിക്തമായിട്ടെന്തെന്റെ
കൈത്തലം പരുഷമാണെന്നെഴുമിടരോടെ

മെല്ലെ ഞാൻ തലോടുന്നൂ പുരുഷൻ, ചരിതാർത്ഥ
ഫുല്ലഹാസയാമന്തർവ്വത്നിതന്നുദരത്തിൽ:

വിറക്കൊള്ളുമിക്കൈയിന്നപരാധത്തിന്നെന്റെ-
യരുമക്കുഞ്ഞിൻ സ്നേഹം മാപ്പുതന്നരുളട്ടെ! ■

പരമദുഃഖം

ഇന്നലെപ്പാതിരാവിൽച്ചിന്നിയ പൂനിലാവി-
ലെന്നെയും മറന്നു ഞാനലിഞ്ഞുനിൽക്കേ

താനേ ഞാനുറക്കനെപ്പൊട്ടിക്കരഞ്ഞുപോയി:
താരകവ്യൂഹം പെട്ടെന്നുലഞ്ഞുപോയി!

കാരണം ചോദിച്ചില്ല പാതിരാക്കിളിപോലും,
കാറ്റെൻ വിയർപ്പുതുള്ളി തുടച്ചുമില്ല.

ചാരത്തെ മരമൊറ്റപ്പാഴില പൊഴിച്ചില്ല,
പാരിടം കഥയൊന്നുമറിഞ്ഞുമില്ല.

കാലടിച്ചുവട്ടിലെപ്പുല്ലും കുലുങ്ങീലെ:ന്നാൽ-
ക്കാര്യം ഞാനൊരാളോടും പറഞ്ഞുമില്ല!

എന്തെന്നെനിക്കുപോലും ചിന്തിക്കാൻ കഴിയാത്ത-
തെമ്മട്ടിലപരനോടുണർത്തിടാവൂ? ■

ഝംകാരം

പുറ്റുമണ്ണിന്റെ കരളിലെക്കണ്ണുനീ-
രിറ്റിൽനിന്നാദ്യം കുരുത്ത പൂവേ,

മാനവവംശസുഷുമ്നതന്നറ്റത്തൊ-
രാനന്ദമായി വിടർന്ന പൂവേ,

ആയിരം കൂർത്ത ദളങ്ങളോടെ പതി-
നായിരം വർഷം പുലർന്ന പൂവേ,

ആത്മാവിനെന്നും ജരാനര തീണ്ടാത്തൊ-
രാലോചനാമൃതം തന്ന പൂവേ,

തൂവെള്ളത്താമരപ്പൂവേ, നിരന്തരം
തൂവുകതൂവുക സൗരഭം നീ.

***

ഞാനതുൾക്കൊണ്ടു മയങ്ങവേ ചിത്തത്തിൽ
ജ്ഞാനക്കൺപോള വിടർന്നിടുന്നു:

ദീനാനുകമ്പയാലാവിയായ്ത്തീർന്നു ഞാൻ
ഗാനംപോൽക്കാറ്റിൽപ്പരന്നിടുന്നു:

സോമത്തെസ്സാമത്തെ വെല്ലുന്നൊരു ലയ-
രോമാഞ്ചമായ് ഞാനുയർന്നിടുന്നു. ■

തുളസി

പൂച്ചെടിയെന്നു വിളിപ്പൂ ലോകം
പൂരിതസമ്മദമെന്നെ.

നേരാണെ,ളിയ കിനാവിൻ തീപ്പൊരീ
നീറാറുണ്ടെൻ ചുണ്ടിൽ

അവയിൽപ്പക്ഷേ പറയത്തക്കോ-
രാകർഷകതയുമില്ല,

അഴകെന്നുള്ളതൊരണുവിന്നില്ലൊ,രു
വഴിപാടെന്നേ തോന്നൂ.

എങ്കിലുമെന്നിലിരിപ്പൂ രൂക്ഷം
മംഗളപരിമളഭാരം.

രുജകളിൽനിന്നിദ്ധരണിയെ മീളും
രുചിരമൊരൗഷധസാരം.

ആളുകളതുകൊണ്ടാവാം തുളസി-
പ്പൂവെന്നിലയെ വിളിപ്പൂ!

കണ്ടറിയുന്നു കുശാഗ്രമനസ്സുകൾ
കല്ലിനകത്തെ സ്വർണ്ണം.

കണ്ണിനുകണ്ണിനു ലഹരി പിടിക്കും
കാഞ്ചനവർണ്ണത്തോടെ

അത്ര മുഴുത്തൊരു പുഞ്ചിരി തൂവാ-
നാവില്ലെന്നാലെന്നും.

തൂവിയതല്ലച്ചിരി ഞാ,നെന്നുടെ
ചേവടി തഴുകാൻ വേണ്ടി

മുപ്പാരൂഴം കാത്തുകിടന്നൊരു
മുജ്ജന്മത്തിൽപ്പോലും!

***

അക്കഥയെല്ലാമോർത്താലിന്നും
ഗദ്ഗദമുണ്ടാവുന്നു.

കാലടി പറിയാൻ ഭാവിക്കുന്നു,
കണ്ണു ചുവന്നീടുന്നു.

സുരവംശജനല്ലെങ്കിലുമെന്തേ
ധരണീപതിയെൻ നാഥൻ

ശതഗുണലാളിതപുരുഷസിംഹൻ
ശംഖാലംകൃതചൂഡൻ

വീരോചിതമാം നിജധർമ്മത്തിനു
വീഴ്ച വരുത്തീലല്ലോ!

സ്ഫാരപ്രേമസുപോഷിതയാമെൻ
ചാരിത്രദ്രുതിമൂലം

സ്വസ്ഥമനസ്സായ് ദോർബ്ബലമൊന്നാൽ
സ്വർലോകത്തെക്കൂടി

വെന്നാനിന്ദ്രപദത്തിൽക്കേറിയി-
രുന്നാനവനെൻ കാന്തൻ!

***

വജ്രി ഭയപ്പെട്ടില്ലേ, നിർജ്ജര-
വർഗ്ഗവും? അഭയം തേടി

കൈലാസത്തിൽച്ചെന്നു പുരാൻതൻ-
കാലുപിടിച്ചഴുതില്ലേ?

ശംഭുവിനാശ്രിതവാത്സല്യത്താൽ
കമ്പിതമായി നാഡി;

പാണിയിലുള്ള പിനാകത്തിന്നതു
ഞാണൊലിയായും തീർന്നു.

ഫലമെന്തെ,ന്നുടെ പതിയുടെ മുമ്പിൽ-
ബ്ബലമറ്റവനായല്ലോ

ത്രിപുരാന്തകനും പ്രമഥാധിപനും
ത്ര്യക്ഷനുമാമാദ്ദേവൻ!

ത്യാഗജ്വാലയിൽ വേവിച്ചിട്ടനു-
രാഗച്ചോരയിലൂട്ടി

കണവനു കുലവധു നല്കിടുമിച്ഛാ-
കവചം വെണ്ണീറാമോ,

മലരമ്പിക്ഷുധനുസ്സാലെയ്തൊരു
മദനൻതന്നുടൽപോലെ?

***

എങ്കിലുമൊടുവാദ്ധാർമ്മികമാനിക-
ളെൻ പ്രിയപതിയെക്കൊന്നു.

എങ്ങനെയെന്നോ? വിഷ്ണുവൊരുന്നാ-
ളെൻ മണിയറപ്പൂകി

മായാരൂപമെടുത്തന്നാത്മ-
പ്രേയാനായേകാകി.

കഷ്ടം, നിഷ്ഠുരനെൻ ചാരിത്രം
തട്ടിയെടുത്താനന്നേ!

കദനത്താലെൻ ഭർത്താവുടനെ-
ക്കലുഷാശയനായെങ്കിൽ,

വിശ്വാസങ്ങൾ പൊലിഞ്ഞവനൊട്ടിട
വിഹ്വലനായ്പ്പോയെങ്കിൽ,

അതിലെന്തുള്ളു രുദ്രകരത്താൽ
ഹതനായും പോയെങ്കിൽ?

എങ്കിലുമുരുകിക്കണ്ണീരായി
പങ്കിലമാമെൻ ഗാത്രം.

ഹിമവൽഗിരിനികടത്തിൽസ്സുരഭില-
സുമരമ്യമൊരുടജത്തിൽ

നേപാളത്തു പിറന്നാ മിഴിനീ-
രാപഗയായിത്തീർന്നു,

ഗണ്ഡകിയെന്നൊരു പേരാർന്നൊഴുകീ,
ഗംഗയിൽ മുഴുകിച്ചേർന്നു.

***

കുടിനീർ കിട്ടാഞ്ഞെരിപൊരികൊൾകെ-
ക്കുന്നിഴയും പഥികന്മാർ.

നാവു പുറത്തേയ്ക്കിട്ടു കിതയ്ക്കെ-
ച്ചാവാറായ മൃഗങ്ങൾ.

ചിറകു തളർന്നു കുഴഞ്ഞു പതിക്കും
പറവകൾ, നില്ക്കും നില്പിൽ

ചുടുനെടുവീർപ്പിലുണങ്ങും വൃക്ഷം,
ചെടിയും ലതയും പുല്ലും

സേചിതരാകെ, ഗ്ഗണ്ഡകിയാൽപ്പരി-
സേവിതരായുയിരേൽക്കേ,

പങ്കമൊടുങ്ങിയ നദിയിൽ വിളഞ്ഞു
പാവനസാളഗ്രാമം.

അഗ്നിപരീക്ഷിതകനകം പെയ്തിടു-
മത്ഭുതശക്തികൾപോലെ

അക്ഷയമന്തഃകരണം വീശും
രൂക്ഷസുഗന്ധത്തോടെ

കരകളിൽ നീളെ മുളച്ചു പിമ്പെ-
ന്നിരുൾകുഴലിഴയോരോന്നും.

***

കുടിനീർ കിട്ടാഞ്ഞെരിപൊരികൊൾകെ-
ക്കുന്നിഴയും പഥികന്മാർ.

നാവു പുറത്തേയ്ക്കിട്ടു കിതയ്ക്കെ-
ച്ചാവാറായ മൃഗങ്ങൾ,

ചിറകു തളർന്നു കുഴഞ്ഞു പതിക്കും
പറവകൾ, നില്ക്കും നില്പിൽ

ചുടുനെടുവീർപ്പിലുണങ്ങും വൃക്ഷം,
ചെടിയും ലതയും പുല്ലും

സേചിതരാകെ, ഗ്ഗണ്ഡകിയാൽപ്പരി-
സേവിതരായുയിരേൽക്കേ,

പങ്കമൊടുങ്ങിയ നദിയിൽ വിളഞ്ഞു
പാവനസാളഗ്രാമം.

അഗ്നിപരീക്ഷിതകനകം പെയ്തിടു-
മത്ഭുതശക്തികൾപോലെ

അക്ഷയമന്തഃകരണം വീശും
രൂക്ഷസുഗന്ധത്തോടെ

കരകളിൽ നീളെ മുളച്ചൂ പിമ്പെ-
ന്നിരുൾകുഴലിഴയോരോന്നും.

***

ഇന്നും ദിവ്യശരീരിണി ഞാനീ
മന്നിലുയിർത്തീടുന്നു

ഓരോ തുളസിച്ചെടിയിലും; ആളുക-
ളോരുന്നുണ്ടെൻ ശുദ്ധി.

ഹരിഹരപൂജാനിരതന്മാരാം
നരരതുകൊണ്ടല്ലല്ലീ

അഗ്ര്യപവിത്രമൊരർഘ്യം ഭൂവിലി-
തല്ലാതില്ലെന്നെണ്ണി

തുളസിച്ചെടിയുടെ വിരിയും വിരിയും
ദളമേ നുള്ളിവരുന്നു?

ഓരോ കുറിയും തീക്ഷ്ണസുഗന്ധം
ചോരും തുളസീശീർഷം

തന്നുടെ തന്നുടെ ചരണാബ്ജങ്ങളിൽ
വന്നുപതിക്കും നേരം

ഒന്നു നടുങ്ങാറില്ലേ ഹരിഹര-
രിന്നും ദൈന്യത്തോടെ?

കാരണമുണ്ടാ,സ്സൗരഭ്യങ്ങളിൽ
നീറുന്നുണ്ടൊരു ചോദ്യം:

“സ്ഥിതിലയകാരണമൂർത്തികളാകും
മതിമാന്മാരേ, നിങ്ങൾ

ചതിയല്ലല്ലീ ചെയ്തൂ ധർമ്മ-
ച്യുതിയല്ലല്ലീ നേടീ?

പങ്കിലമായതു തുളസി ധരിക്കും
പാതിവ്രത്യംതാനോ,

പത്മാവതിയുടെ ഭർത്താവണിയും
പത്നീവ്രതമല്ലല്ലീ?

തുളസിയെയത്രേ വിഷ്ണു ഗമിച്ചു:
തുളസി ഗമിച്ചു പക്ഷേ

പ്രേമതപഃഫലമുണ്ണും തൻ പ്രിയ-
കോമളപുരുഷനെയല്ലോ!”

***

ഞാനാവട്ടേ, ചിന്തിക്കുന്നു
നീണാളായിട്ടൊന്നേ:

ഹന്ത, മനുഷ്യരൊടിന്നേവരെ ഞാൻ
നന്ദിപറഞ്ഞീലല്ലോ! ■

നിത്യമേഘം

പ്രിയാവിരഹദുഃഖത്തി-
നഗ്നിയാൽ ധൂമപാളിയാൽ
നിശ്വാസവായുവാലശ്രു-
ബിന്ദുവാൽക്കാലപൂരുഷൻ

മഴമേഘത്തെ നിർമ്മിച്ചു
പറപ്പിക്കുന്നു ലീലയായ്
ഭാവനാകാശത്തിലൂടെ-
ശ്ശിശു പട്ടത്തെയെന്നപോൽ.

***

സമുന്നതമനുഷ്യാത്മ-
രാമഗിര്യാശ്രമങ്ങളിൽ
ഇടതിങ്ങിയ പച്ചപ്പിൽ-
ക്കുടകപ്പാല പൂക്കവേ,

ഒരിളംകുളിർകാറ്റൂതു-
മാഷാഢപ്പുലർവേളയിൽ
നേർത്തിഴഞ്ഞൊഴുകും കാട്ടു-
ചോലതൻ മൂളൽ കേൾക്കവേ,

മേവുന്നു മിഴിതോരാതെ-
യൊരു പൂരുഷവിഗ്രഹം
മാനത്തേയ്ക്കുന്തിനില്ക്കുന്ന
മുനമ്പിൽപ്പൂർണ്ണമുഗ്ദ്ധനായ്

നീലാകാശസമുദ്രത്തിൽ-
ച്ചാടുവാനെന്നപോലവേ,
ചാടുവാൻ വലിയും കാലിൽ-
ബ്ഭൂമി തൂങ്ങിക്കനക്കവേ

അവന്റെ കണ്ണിൽത്താഴത്തു
നിൽപൂ വർഷാഘനാഘനം
സാനുവിൽത്തിണ്ടുകുത്തുന്ന
കൊമ്പനാനകണക്കിനേ.

അതിൽത്തുള്ളിക്കളിക്കുന്നു
വെള്ളിൽക്കിളികളെന്നപോൽ
അഭൂതപൂർവ്വമാം കാന്ത-
മനോഭാവക്കുരുന്നുകൾ!

അതിൽബ്ബിംബിപ്പു സന്തുഷ്ട-
മാര്യാവർത്തം മുഴുക്കനെ
നിർജ്ജനം രാമഗിരിതൊ-
ട്ടളകാപുരിയോളവും.

അളകാപുരിയിൽക്കാണ്മി-
തൊരു നിർമ്മൂകമാം ഗൃഹം
മഴവില്ലൊളി താവുന്ന
കമാനത്തിന്റെ പിൻവശം.

മുറ്റത്തു നില്ക്കും മന്ദാരം
നിറയെപ്പൂത്തു വാടവേ
ഒറ്റയ്ക്കകത്തിരിക്കുന്നു
കേഴും ലോകൈകസുന്ദരി,

കണ്ണീരിൽ നനയും വീണാ-
തന്ത്രി മീട്ടാൻ ശ്രമിക്കയാൽ
താനുണ്ടാക്കിയ പാട്ടമ്പേ
മറന്നേ പോയ സുന്ദരി,

“നിനക്കിപ്പോളോർമ്മയുണ്ടോ
തത്തമ്മേ, മണവാളനെ?”
എന്നു മെല്ലെന്നതിൻ തൂവ-
ലൊതുക്കീടുന്ന സുന്ദരി

***

കാലമാ മഴമേഘത്തെ-
ക്കണ്ടു നിന്നോർത്തുപോകയാം
ഓടപ്പുല്ലൂതി ലോകത്തെ-
ബ്ഭരിച്ചോരളിവർണ്ണനെ:

"അവന്റെ വായിൽക്കാണായ
വിശ്വരൂപം കണക്കിനേ
എന്നെ വിസ്മിതനാക്കുന്നു
മേഘമേ, നിൻ മഹാശയം.

സർവ്വഭക്ഷകമെൻ നാവും
തരിപ്പിച്ചുകളഞ്ഞു നീ
അതു നിൻ നേർക്കു നീളുംമു-
മ്പാനന്ദക്കണ്ണുനീരിനാൽ.

ശകുന്തളാവിയോഗത്തിൽ-
ത്തളരും കാട്ടുമുല്ലയോ,
തുടിക്കും മാളവികതൻ
കാലാൽപ്പൂക്കുമശോകമോ,

രഘുവിൻ ദാനവീര്യത്താ-
ലിടറും കൗത്സ്യകണ്ഠമോ,
ഗൗരിതൻ നീലനീൾക്കണ്ണാൽ-
പ്പിളരും രുദ്രചിത്തമോ,

പുരൂരവസ്സിനെച്ചുറ്റു-
മപ്സരസ്സിന്റെ നന്ദിയോ,
നിന്നുരസ്സിൽ പ്രതിഫലി-
ക്കാതെയെന്തുള്ളു മേഘമേ?

ഘനീഭവിപ്പൊരുദ്ദിഗ്ന-
മർത്ത്യസങ്കല്പരൂപമേ,
നിലത്തോളം കുനിപ്പേനെൻ
ഗർവ്വം നിൻ തിരുമുമ്പിൽ ഞാൻ."

***

നിത്യസൗഭാഗ്യപീഠത്തി-
ലിരിക്കും കാലപൂരുഷൻ
കുനിഞ്ഞുനിൽക്കും കാലത്തെ-
ക്കടാക്ഷത്താൽത്തലോടവേ,

അവന്റെ കാൽപ്പൂവു തൊട്ടു
കാലം തലയിൽ വെയ്ക്കവേ,
തഴമ്പുറ്റ വലംകയ്യാ-
ലവൻ തഴുകി സസ്മിതം:

"വജ്രം തുളച്ചിരിക്കുന്ന
രത്നങ്ങൾക്കുള്ളിലൂടെ ഞാൻ
കടന്നുപോന്നു ഭാഗ്യത്താൽ:
വെറും നൂലായിരുന്നു ഞാൻ!" ■

വെണ്ണക്കല്ലിന്റെ കഥ

ഏതോ വിദൂരമാം ഗ്രാമത്തിൽപ്പണ്ടൊരു
ഗാതാവു വന്നുപിറന്നൂവത്രെ.

കണ്ഠം തുറന്നവൻ പാടിത്തുടങ്ങവേ
കല്ലിനും കണ്ണീരുറന്നുവത്രേ.

ബാലൻ യുവാവായ കാലത്തു ചന്തവും
ശീലഗുണവും മനോബലവും

ഒത്തുചേർന്നീശ്വരകാരുണിപോലൊരു
മുഗ്ദ്ധയ്ക്കു നാഥനായ്ത്തീർന്നുവത്രേ.

നിസ്വരെന്നാകിലും തങ്ങളിൽനിന്നവർ
നിർവൃതി കോരിക്കുടിച്ചുവത്രേ.

***

പെട്ടെന്നൊരു ദിനം ഗായകശ്രേഷ്ഠന്നു
കിട്ടുന്നു രാജനിദേശമേവം:

"നാളെത്തൊട്ടെൻ മന്ത്രശാലയിലുന്മേഷ-
നാളം കൊളുത്തണം ഗായകൻ നീ."

അന്നം വിളിച്ച വിളിക്കവെ'നുത്തര-
വെ'ന്നേ മറുപടി ചൊല്ലിയുള്ളു.

വറ്റാത്ത തപ്താശ്രുപോലൊരു വെള്ളിമീൻ
പിറ്റേന്നുദിച്ചു മുതിർന്ന നേരം

മുറ്റത്തിറങ്ങിത്തിരിഞ്ഞുനോക്കീടിന
മൂകനാം ഗായകൻ കണ്ടുവത്രേ

വാതിൽക്കൽ നിന്നു തളർന്നിടും തയ്യലിൻ
വാർമിഴിക്കോണിന്നിരുൾക്കയത്തിൽ

ഉജ്ജ്വലം രണ്ടു തിളക്കങ്ങൾ; മങ്ങാത്ത
വജ്രക്കല്ലെന്നവനോർത്തുവത്രേ.

***

ഉന്നതശീർഷനാം മന്നന്റെ കോടീര-
പ്പൊന്നിൽ മുത്തായവൻ വാണ കാലം

നർത്തകിമാർതൻ നയനങ്ങൾ നിർദ്ദയം
കൊത്തുന്ന കാളഫണികൾപോലെ

പാറപോലുള്ള തന്നാത്മാവിൽപ്പോടുകൾ
പോറിയുണ്ടാക്കാൻ പരിശ്രമിക്കേ,

പാറയ്ക്കടിയിൽ സഹിഷ്ണുതയിങ്കൽനി-
ന്നൂറുമലിവും വരണ്ടുപോകേ,

ആടുംചിലമ്പുകൾക്കൊപ്പിച്ചൊരിക്കൽത്താൻ
പാടിത്തനിക്കുമദമ്യനാകേ,

പെട്ടെന്നു ചുണ്ടങ്ങിറുക്കിയത്രേ: സഭ-
ഞെട്ടിത്തെറിച്ചു മിഴിച്ചിരിക്കേ

ഉൽക്കടമായിച്ചിരിച്ചുവത്രേ; ചിരി
നില്ക്കാതെ മണ്ണിൽപ്പതിച്ചുവത്രേ.

മണ്ണിലബോധം കിടക്കവേ കൺകളിൽ-
കണ്ണുനീരുണ്ടായിരുന്നുവത്രേ.

***

യാമങ്ങൾ നാളുകൾ മാസങ്ങൾ വർഷങ്ങ-
ളാ മനുഷ്യന്നുമുകളിലൂടെ

പൊട്ടിച്ചിരിത്തിരച്ചാർത്തിലലയുന്ന
പൊങ്ങുതടിപോൽക്കടന്നുപോയി.

രാജസദസ്സല്ല, നർത്തകിമാരല്ല.
രാജാവും മണ്ണിലുറക്കമായി.

എന്നോ കിടന്ന കിടപ്പിൽനിന്നേറ്റില്ല
പിന്നീടൊരിക്കലും പാട്ടുകാരൻ

മണ്ണായ കൊട്ടാരരംഗത്തിലിന്നവൻ
മണ്ണായി ജീവിച്ചിരിക്കയത്രേ.

കണ്ണുനീർത്തുള്ളിയോ കാലത്തിൻ ശീതത്തിൽ-
ക്കല്ലായുറച്ചു വളർന്നുവന്നു,

മന്നിലെമ്പാടും പരന്നു; നാം വെണ്ണക്ക-
ല്ലെന്നു വിളിപ്പതതിനെയത്രേ.

***

പിമ്പുപിമ്പുണ്ടായ മന്നവരിശ്ശോക-
ഗംഭീരസത്യമറിഞ്ഞിടാതെ.

ആയിരം ദാസിമാർക്കൊപ്പം മടമ്പിടി-
ച്ചാടിത്തിമർത്തു മെതിപ്പതിന്നായ്

മൂഢതയെക്കാളുപരിയൊന്നില്ലല്ലോ
മൂവുലകത്തിലും നിർഘൃണത്വം

വെട്ടിച്ചെടുത്താ മനോഹരവസ്തുവാൽ
കൊട്ടാരം തീർത്തുതുടങ്ങിയത്രേ!

എന്നിട്ടുമാക്കല്ലൊടുങ്ങീല ഭൂമിയി,-
ല്ലെന്നല്ലതിന്നും വളർന്നിടുന്നു!

***

ആരിപ്പഴങ്കഥയെന്നോടു ചൊല്ലിയെ-
ന്നാവില്ലെനിയ്ക്കു വിശദമാക്കാൻ:

സത്യമെന്നല്ലാതെ പേരവന്നില്ലല്ലോ,
ഹൃത്തൊഴിച്ചില്ലല്ലോ വിഗ്രഹവും. ■

മഹാബലി

അധികാരത്തിന്നായിത്തങ്ങളിൽക്കലഹിക്കു-
മരുമക്കിടാങ്ങളിക്കേരളീയരെൻ നേരെ

സ്നേഹവൈവശ്യത്തോടെപ്പുഞ്ചിരി പൊഴിക്കുമ്പോൾ,
മോഹനസുമങ്ങളെൻ മൂർദ്ധാവിൽ വർഷിക്കുമ്പോൾ,

ഓണവില്ലടിച്ചോണപ്പാട്ടു പാടിയുമെന്നെ
യോമനിച്ചമൃതൊത്ത പൂവട നേദിക്കുമ്പോൾ,

പട്ടുനാക്കിലയിന്മേലിരിപ്പേനിമയൊന്നു
വെട്ടാനുമാവാതശ്രുപൂർണ്ണമാം മൗനത്തോടെ.

***

പൂവട നേദിക്കും കൈപ്പടത്തിൽക്കാണ്മൂ ഭ്രാതൃ-
ജീവരക്തമെന്നെമ്മട്ടിവരോടുരയ്ക്കും ഞാൻ?

എങ്ങനെ ഭുജിക്കുമീ നൈവേദ്യം? ഭുജിക്കില്ലെ-
ന്നെങ്ങനെ ശഠിക്കും? ഇദ്ധർമ്മസങ്കടത്തോടെ

മൃത്തുപോൽ നടുമുറ്റത്തിരിപ്പേൻ; തനയരോ,
മുത്തിനാൽപ്പരസ്പരസ്പർദ്ധയും മറന്നല്ലോ! ■

പണ്ടത്തെ മേശാന്തി

ഉപ്പുകല്ലിന്നായുരിയരിച്ചോറിനാ-
യിപ്പട്ടണത്തിൽത്തൊഴിലാളിയായ ഞാൻ

നേരറ്റ നായ്പ്പല്ലിടുക്കിലരയുന്ന
നെയ്യലുവത്തുണ്ടുപോലുരുകീടിലും

"തുപ്പന്നു ഭാഗ്യമുണ്ടെ"ന്നെന്റെ നാട്ടുകാ-
രഭ്യുദയാശംസ കോരിച്ചൊരിയവേ

താനേ ചിലപ്പോൾ സ്മരിപ്പു ഞാൻ: ഹാ പണ്ടു
ഞാനൊരു മേശാന്തിയായിരുന്നില്ലയോ?

***

നിന്നു തിരിവു പകിടക്കരുക്കളാ-
ക്കുന്നത്തു, കൺകളിൽ കൃഷ്ണമണികൾപോൽ,

"രണ്ടു പഴംകൂടി വീഴണം, പേമാരി
രണ്ടാമതും വരുംമുമ്പെ"ന്ന വാശിയിൽ

ഉണ്ണിനമ്പൂരിയന്നില്ലത്തു പാഞ്ഞുചെ-
ന്നുണ്ണാനിരിക്കയാണുച്ചനേരത്തു ഞാൻ.

വാഴത്തടയുമായ് വെമ്പി വെമ്പാതെയും
വാതിൽക്കൽ വന്നുനിന്നമ്മ ചൊന്നാളുടൻ:

"കർക്കടമാസം കഴിയും വരേയ്ക്കിനി-
ക്കഞ്ഞിയാണുണ്ണീ, നിനക്കിഷ്ടമാവുമോ?"

ഇത്തിരിപോന്നൊരു വെൺകുളിർക്കല്ലേറ്റു
ഭിത്തി തകർന്നു പൊടിയുന്ന മാത്രയിൽ

കണ്ണാടിവീട്ടിലുറങ്ങിക്കിടക്കുന്നൊ-
രുണ്ണിപോൽ ഞാനൊന്നു ഞെട്ടിത്തെറിച്ചുപോയ്!

"ഇഷ്ടമാണെ"ന്നേ പറഞ്ഞു ഞാൻ, കഞ്ഞിയോ-
ടിഷ്ടവുമുണ്ടെനിക്കത്രമേ,ലെങ്കിലും

അമ്മതൻ ഗദ്ഗദം വിങ്ങി ചെവിക്കുള്ളി-
ലാഴിത്തിരകൾതന്നാരവംപോലവേ.

***

വീഴാത്ത രണ്ടു പഴംകൂടി വീഴ്ത്തുവാൻ
വീഴാതെ നിന്നു തിരിയും പകിടകൾ

ഇന്നുമാക്കുന്നത്തു കാണ്മിതോ? നിശ്ചയ-
മില്ലമേ, ആരാഞ്ഞുമില്ലതു പിന്നെ ഞാൻ.

എന്മഹാസൗധത്തിനുള്ളിൽപ്പരുങ്ങിടു-
മമ്മയുമച്ഛനും പൊന്നനുജത്തിയും

പൊന്നനുജത്തിതന്നന്ധകാരങ്ങളിൽ
മിന്നുന്ന കണ്ണുനീർച്ചൂടിന്നലകളായ്

എന്നുള്ളിൽ വിങ്ങി ത്രസിക്കെ,പ്പുറത്തള-
ത്തിന്നകത്തെത്തഴപ്പായിലേകാകിയായ്

ചമ്രംപടിഞ്ഞിരുന്നോർത്തേൻ: ഇതിൽപ്പരം
ശുംഭനായ്,പ്പാപിയായ്,പ്പാഷണ്ഡവൃത്തിയായ്

ആരുള്ളു? പക്ഷിമൃഗാദികൾപോലും ധർമ്മ-
ധീരരുൽക്കൃഷ്ടരെൻ ചാരത്തു നില്ക്കവേ!

അശ്രുവിൽപ്പായ കുതിർന്നുകണ്ടേ, നൊടു-
'വന്തിയൂക്കാൻ' ഞാനെഴുന്നേറ്റുപോകവേ.

***

പിറ്റേന്നരയ്ക്കൊരു ചാലിയത്തോർത്തുമായ്
മുറ്റത്തിറങ്ങി ഞാൻ യാത്ര ചോദിക്കവേ,

പൂമുഖവാതിൽപ്പഴുതിലൂടെബ്ബാഷ്പ-
പൂർണ്ണമാം നാലുകണ്ണെന്നേർക്കു നീളവേ,

അച്ഛൻ കഴുക്കോൽ പിടിച്ചു തലകുനി-
ച്ചുച്ചരിച്ചീടിനാൻ ചിന്താവിവശനായ്,

"ദേവകാര്യങ്ങളഭംഗം നടത്തുവാ-
നാവില്ല, മധ്യമവൃത്തിയാണെങ്കിലും

പോവുന്നു നീ 'ശാന്തി' തേടിയിന്നെങ്കിൽ ഞാൻ
പോവരുതെന്നു വിലക്കുവതെങ്ങനെ?

ഭാഗ്യമുണ്ടായില്ല നിന്നെപ്പഠിപ്പിച്ചു
യോഗ്യനാക്കാനെന്റെ കേമദ്രുമഫലാൽ!"

"പോവുന്നു" എന്നൊരു ശബ്ദം പുറപ്പെടാൻ
നാവു പേരാഞ്ഞു ഞാൻ നിലയ്ക്കയാണ,ച്ഛനോ,

താനേ കുനിഞ്ഞ ശിരസ്സിൽച്ചരമാർക്ക-
ശോണകരങ്ങൾതൻ ലാളനമേൽക്കവേ,

കണ്ണാടിപോലാം കഷണ്ടിയിലർക്കനും
വിണ്ണും മുഴുക്കെ പ്രതിഫലിച്ചീടവേ,

നിൽക്കുന്നൂ, നിശ്വസിച്ചീടുന്നു ദീർഘമായ്,
"നിശ്ശേഷശൂന്യമെന്നൈഹികജീവിതം!"

രണ്ടുമൂന്നാനകൾ, വില്ലൂസണിക്കാള-
വണ്ടികൾ, പുത്തൻകഥകളിക്കോപ്പുകൾ,

തട്ടിൽനിന്നാടിക്കളിക്കും ഗുളോപ്പുകൾ
കട്ടിലിൽക്കെട്ടിയ പട്ടുമേലാപ്പുകൾ

മാൻതല വെച്ച ചുമരും പല ശര-
റാന്തലും ദന്താഭിഗുപ്തമുകുരവും

നിത്യവെള്ളപ്പാവുടുപ്പും ശുഭനവ-
രത്നാംഗുലീയവും സ്വർണ്ണരുദ്രാക്ഷവും

വാലിയക്കാരും വഴിപോക്കരും ചേർന്ന
കാലഘട്ടത്തിൻ പ്രതാപവും പ്രൗഢിയും

ഉണ്ണാനരിയില്ല കർക്കടമാസത്തി-
ലെന്നമട്ടയ്യോ, തകർന്നുപോയില്ലയോ?

"പൂർവ്വജന്മത്തിലെക്കർമ്മ"മെന്നച്ഛന്റെ
പൂണുനൂലിൽച്ചുടുകണ്ണീർ പതിക്കവേ,

കണ്ണു പറിച്ചു നടന്നേൻ; ഉദാസീന-
നെന്നുടെ പാപമിജ്ജന്മത്തെയല്ലയോ?

എത്ര പടി ഞാൻ കയറിയിറങ്ങിയി,-
ല്ലെത്രയൂരാളർതൻ കാലുഴിഞ്ഞില്ല ഞാൻ!

എന്നാലുമെന്നെത്തുണച്ചാനൊടുവൊരാ-
ളെന്നൊരാശ്വാസമുണ്ടാ,-ളല്ലോ,രീശ്വരൻ:

"വ്യാജം പ്രവർത്തിച്ചു വെങ്കിട്ടനെമ്പറാൻ
പൂജയിൽ, അപ്പോൾപ്പിരിച്ചാനയാളെ ഞാൻ,

തുപ്പനാജ്ജോലി തരുന്നു; താനാരെന്ന-
തെപ്പൊഴും തന്റെ മനസ്സിലുണ്ടാവണം."

ആന വലിച്ചാലനങ്ങാത്ത ഭണ്ഡാര,-
മാകാശഭേദിയാം സ്വർണ്ണക്കൊടിമരം,

പൊൻതാഴികക്കുടം വെച്ചൊരാക്കോവിലിൽ-
ച്ചെന്താർമകൾമണവാളർതന്നംഘ്രിയിൽ

എൻകൈ തടഞ്ഞതു പുണ്യവിപാകമാ-
ണെങ്കിലും, അർച്ചനാപുഷ്പദളങ്ങളിൽ

ഊരാളനെന്നൊടു ചൊല്ലിയ വാക്കിൽനി-
ന്നൂറിയ കണ്ണീർ കലർന്നു പലപ്പൊഴും:

ഉപ്പിനും ചോറിനും വേണ്ടിയിട്ടന്യന്റെ
ചൊൽപ്പടിക്കെന്നെബ്ബലികൊടുക്കുന്നു ഞാൻ!

എത്രയോ സൗമ്യമായ്പ്പുഞ്ചിരി തൂകിയാ-
ണെന്നൊടൂരാളൻ മൊഴിഞ്ഞതെന്നാകിലും.

അച്ഛന്റെ വാത്സല്യമെന്നപോലാപ്പൊരു-
ളച്ഛസ്ഫടികസങ്കാശമാണെങ്കിലും,

പൂജയിൽ വേണ്ടാ പകിടകളിയിലും
വ്യാജം പയറ്റുമാറില്ല ഞാനെങ്കിലും

ആമാശയത്തിലകപ്പെട്ട സൂചിപോ-
ലന്തരംഗത്തിൽപ്പുലർന്നിതക്കണ്ണുനീർ.

ഉപ്പിനും ചോറിനും വേണ്ടി ഞാനന്യന്റെ
ചൊൽപ്പടിക്കിട്ട ബലിമൃഗമല്ലി ഞാൻ!

ഗർഭഗൃഹത്തിലുള്ളാശ്രിതവാത്സല്യ-
നിർഭരബിംബമേ, നീതാനൊരാശ്രയം!

***

അന്നാണൊരുത്സവക്കാലത്തു ലോകർ വ-
ന്നമ്പലമുറ്റത്തു തിക്കിത്തിരക്കവേ,

നൃത്തമാടും ദീപനാളങ്ങൾ മാനവ-
ചിത്തമാലിന്യം കഴുകിക്കളയവേ,

ദീപങ്ങളോടൊത്തു ചന്ദനലേപവും
ധൂപവും നൈവേദ്യപുഷ്പഭേദങ്ങളും

ഒന്നിച്ചുയർത്തുമനന്യസാധാരണ-
പുണ്യസൗരഭ്യം വിടർന്നുപരക്കവേ

കൊട്ടിമുറുകുന്നു പഞ്ചാരി; നീൾമുടി-
ക്കെട്ടിനാൽത്താളംപിടിപ്പൂ മഹാജനം;

ഇത്തിരിക്കണ്ണിമവെട്ടാതെ വീശുന്നു
മത്തേഭവൃന്ദം പെരുമുറക്കാതുകൾ.

കഷ്ടിച്ചഹസ്സുപകർന്നവാറേ കുളി-
ച്ചുഷ്ണിച്ചതുമിതും ജോലികൾ ചെയ്കയാൽ

ആകെശ്ശുവികെട്ടിരുന്നു ഞാനെങ്കിലെ-
ന്താ,ളുകൾക്കുത്സവമുത്സവമല്ലയോ?

'കൂട'നെന്നെങ്ങും പുകഴ്ന്ന ഗജകുല-
കൂടസ്ഥനെജ്ജനം കണ്ടു രസിക്കവേ

നിർദ്ദോഷിയാമപ്പെരുത്ത മൃഗത്തിന്റെ
മസ്തകത്തിങ്കൽപ്പിടിച്ച തിടമ്പുമായ്

മുന്നിലഹങ്കരിച്ചാളുന്ന ദീവെട്ടി-
തന്നൊളിച്ചൂടിൽനിന്നേതാണ്ടു മുക്തനായ്

കുത്തിയിരിക്കുകയല്ലോ 'ചോറോണ്ണൂരു-
വസ്ത്ര'വും തറ്റുടുത്തേകാകിപോലെ ഞാൻ.

പട്ടുകുടയൊന്നുയർത്തിപ്പിടിച്ചെന്നെ
മുട്ടിയുരുമ്മിപ്പുറകിലിരിപ്പവൻ,

അയാൾക്കു പിന്നിൽ വിയർത്തുവിയർത്തു വെൺ-
ചാമരം വീശും ദയനീയവിഗ്രഹൻ,

ആലവട്ടങ്ങളെ നീട്ടിപ്പിടിച്ചു നി-
ന്നായാൾക്കു പിന്നിലുറങ്ങും മനുഷ്യനും

സർവരും വിസ്മൃതരാകുമാറാളുന്നു
നിർവിണ്ണനെന്നിൽപ്പശിയുമുറക്കവും.

ആനക്കഴുത്തിലെത്തൂശിരോമങ്ങളെ-
ന്നാടുന്ന കാൽവണ്ണയിങ്കലിടയ്ക്കിടെ

കുത്തിത്തറയ്ക്കയാലല്ലീ തിടമ്പൊത്തു
ഞെട്ടിത്തെറിച്ചു നിലംപതിക്കാത്തു ഞാൻ!

കൊട്ടും പ്രദക്ഷിണംവെപ്പും കഴിയവേ
പെട്ടെന്നുണർന്നൊരു കോട്ടുവാ വിട്ടു ഞാൻ

അത്രയും പാപമൊടുങ്ങി നമുക്കെന്നു
ഹൃത്തിൽക്കൊടിവിളക്കിൻ തിരി നീട്ടവേ

കൂടൻ കവച്ചുകാട്ടീടുന്ന കാൽമുട്ടി-
ലൂടെച്ചവിട്ടിയിറങ്ങിത്തിടമ്പുമായ്

ശ്രീകോവിലിൻനേർക്കു നീങ്ങവേ മന്ത്രിപ്പു
ശീവേലി കാണുവാൻ വന്ന രണ്ടുണ്ണികൾ,

"മേശാന്തിയല്ലയോ പോകുന്നൂ? മൂപ്പർതാൻ
മേലാളിവിടെസ്സകലകാര്യത്തിനും.

ആയാളൊടൊന്നു പറഞ്ഞുനോക്കാം നമു-
ക്കാനപ്പുറത്തു കയറണമെന്നുടൻ."

ഉള്ള കാര്യം ഞാൻ തുറന്നുപറകയാ-
ണു,ള്ളിലുറക്കെച്ചിരിച്ചുപോയെങ്കിലും

കേട്ടിതസ്സല്ലാപമെന്നു പുറത്തേയ്ക്കു
കാട്ടീല, മേശാന്തി പാലിച്ചു ഗൗരവം!

ഉണ്ണികളുണ്ടോ വിടുന്നു? നടയട-
ച്ചുണ്ണാനലച്ചപിടിച്ചു ഞാൻ പോരവേ

ഒന്നല്ല രണ്ടല്ലൊരുപരപ്പുണ്ണിക-
ളെന്നെത്തടുത്തുനിറുത്തുകയല്ലയോ?-

"എന്നെയുമാനപ്പുറത്തു കയറ്റണം,
എന്നെയുമെന്നെയുമെന്നെയുമെന്നെയും!"

കാണും മഹാന്മാർ ചിരിപ്പൂ; കുനിക്കുന്നു
ഞാനപമാനച്ചുമടുപോലെന്മുഖം:

"എന്റെയല്ലെന്റെയല്ലിക്കൊമ്പനാനകൾ
എന്റെയല്ലീ മഹാക്ഷേത്രവും, മക്കളേ!

നിങ്ങൾതൻ കുണ്ഠിതം കാണ്മതിൽ ഖേദമു-
ണ്ടെങ്കിലും നിന്ദിപ്പതില്ലെൻ വിധിയെ ഞാൻ.

ഗർഭഗൃഹത്തിലുണ്ടാശ്രിതവാത്സല്യ-
നിർഭരനായൊരാളെന്റെയായെന്റെയായ്!"

***

വർഷങ്ങളെത്ര കടന്നുപോയ്, നാടെത്ര
വമ്പൻവളർച്ച വളർന്നുപോയ് പിന്നെയും!

കാഞ്ചനത്താൽത്തുലാഭാരം നടത്താത്ത
കന്യയെക്കൈക്കൊള്ളുമീശൻതിരുവടി

എന്നനുജത്തിയെപ്പൂകീല,തിന്മുമ്പു
കണ്ണടച്ചു കരഞ്ഞച്ഛനുമമ്മയും.

വാർദ്ധക്യഖിന്നനെന്നച്ഛൻ വിദൂരത്തി-
ലൂർദ്ധ്വൻ വലിപ്പതു കോവിലിൽ കേൾക്കവേ

'എന്തുണ്ടിനിശ്ശാന്തിവൃത്തി'യെന്നൗചിത്യ-
ചിന്തവിട്ടങ്ങോട്ടു ചോദിച്ച വേളയിൽ

മാനിയാമൂരാളനപ്രിയമാകയാൽ
മറ്റൊരു വേഷം ധരിക്കേണ്ടി വന്നു മേ.

വ്യാജമെന്നുള്ളതു കാട്ടീലൊരിക്കലും
പൂജയിലെന്നതു സത്യമാണെങ്കിലും

പോരാനിടവന്നു വെങ്കിട്ടനെമ്പ്രാൻ
പോന്ന വഴിക്കേ വെറും കൂപ്പുകയ്യുമായ്!

പണ്ടത്തെ മേശാന്തി നിന്നുതിരിയുന്നു
ചണ്ടിത്തമേറുമീ ഫാക്ടറിക്കുള്ളിൽ ഞാൻ.

ഫാക്ടറിക്കുള്ളിലെസ്സൈറൻ മുഴങ്ങവേ,
ഗേറ്റു കടന്നു പുറത്തു വന്നീടവേ,

പട്ടിയെപ്പോലെക്കിതച്ചുകിതച്ചു ഞാൻ
പാർക്കുന്നിടത്തേയ്ക്കിഴഞ്ഞു നീങ്ങീടവേ,

ചുറ്റും ത്രസിക്കും നഗരം പിടിച്ചെന്നെ
മറ്റൊരാളാക്കി ഞാൻ സമ്മതിക്കായ്കിലും:

ഊശിക്കുടുമ മുറിച്ചു, വളർത്തി മേൽ-
മീശയും പൂണുനൂലൂരിക്കളഞ്ഞു ഞാൻ,

'ഓത്തുവായ്'കൊണ്ടു വിഴുങ്ങേണ്ടിവന്നു മേ
ഓക്കാനമേകുന്ന മീനുമിറച്ചിയും.

പണ്ടു ഞാൻ വെച്ചു നിവേദിച്ചൊരാപ്പണ-
പ്പായസത്തിൻ രുചി പാടേ മറന്നുപോയ്:

പാടേ മറന്നുപോയ്പ്പൂജയ്ക്കു ചൊല്ലുന്ന
പാവനമന്ത്രവും തന്ത്രഭേദങ്ങളും.

മദ്യച്ചവർപ്പിൽനിന്നൂഹിച്ചു ഞാനാത്മ-
ഹത്യചെയ്താലുള്ളനുഭൂതിയത്രയും.

ഇല്ല ഗതിയെന്നു തീർച്ചയായാൽപ്പുലി
പുല്ലും പതുക്കനെത്തിന്നുമെന്നില്ലയോ?

***

ഉപ്പിനും ചോറിനും വേണ്ടി ഞാൻ പോന്നുവ-
ന്നിപ്പട്ടണത്തിൽക്കുടുങ്ങിക്കിടക്കിലും

"തുപ്പന്നു ഭാഗ്യമുണ്ടെ"ന്നെന്റെ നാട്ടുകാ-
രഭ്യുദയാശംസ കോരിച്ചൊരിയവേ

താനേ ചിലപ്പൊഴിന്നോർത്തിടുന്നു, പണ്ടു
ഞാനാക്കിടാങ്ങളോടോതിയതത്രയും.

"എന്റെയല്ലെന്റെയല്ലീക്കൊമ്പനാനകൾ
എന്റെയല്ലീ മഹാക്ഷേത്രവും, മക്കളേ!

നിങ്ങൾ തൻ കുണ്ഠിതം കാണ്മതിൽ ഖേദമു-
ണ്ടെങ്കിലും നിന്ദിപ്പതില്ലെൻ വിധിയെ ഞാൻ.

ഗർഭഗൃഹത്തിലുണ്ടാശ്രിതവാത്സല്യ-
നിർഭരനായൊരാളെന്റെയായെന്റെയായ്!"

പൊള്ളോ പൊരുളോ പറഞ്ഞു ഞാനന്നെന്ന
ഭള്ളെനിക്കിപ്പോഴുമില്ലൊരു ലേശവും;

കാണായതപ്പടി കണ്ണുനീരെങ്കിലും
ഞാനുയിർക്കൊള്ളുന്നു വിശ്വാസശക്തിയാൽ! ■

ഗ്രാമലക്ഷ്മി

പട്ടണമെന്നെക്കളിയാക്കി: "പ-
ല്ലൊട്ടുക്കെവിടെപ്പോയമ്മേ?"

തൊണ്ണും കാട്ടിപ്പുഞ്ചിരി പെയ്തേൻ:
"തൊള്ള പൊളിക്കാതിരി, പെണ്ണേ!

തല്ലിച്ചോർത്താനിടവന്നീല, വ
തനിയേ പോയീ വഴിപോലെ."

പതിനേഴിന്റെ തിളപ്പാ,ലൊപ്പം
പറയാനുള്ള തിടുക്കത്താൽ,

കാരണമെന്തെന്നറിവില്ലാത്തൊരു
കാലത്തിന്റെ കുറുമ്പാലും,

എന്തു പറഞ്ഞൂ ഞാനെന്നര ഞൊടി
ചിന്തിക്കാതവളുരിയാടീ:

"കൊഴിയാനുള്ളൊരു കാലം വന്നാൽ
കൊഴിയും പല്ലുകൾ; കൊഴിയട്ടെ.

കൃത്രിമദന്തം വേണ്ടതിലേറെ-
ക്കിട്ടാനുണ്ടെന്നായിട്ടും

കാലിമടിശ്ശീലകണക്കെന്തിനു
കവിളൊട്ടാനിടയാക്കുന്നു?"

"ആരാന്മാരുടെ പല്ലുകളെക്കാ-
ളധികം നല്ലൂ പെൺകുഞ്ഞേ,

അവനവനുള്ളൊരു തൊണ്ണെ,"ന്നവളോ-
ടവസാനം ഞാനുരിയാടി.

***

മറുപടി കേട്ടാ മോടിക്കാരി-
ക്കൊരു ഞൊടി വിഭ്രമമുണ്ടായീ,

കരളിലുറുമ്പിൻകടിയുണ്ടായീ,
പുരികത്തിൽച്ചുളിവുണ്ടായി.

"അഴകിൽപ്പോലും ശ്രദ്ധിക്കാത്തവ-
രറിവില്ലാത്തവ,"രെന്നൊക്കെ

കലിയൊടുകൂടിക്കശപിശകൂട്ടി-
ക്കണ്ണു ചുഴറ്റിച്ചോദിച്ചു:

"അവനവനില്ലാ ചന്തം ചാർത്താ-
നാഗ്രഹമെന്നായ്പ്പോയാലും

കാലിമടിശ്ശീലകണക്കൊട്ടിയ
കവിളേന്തുന്നൊരു കോലത്തെ

കാണാനിടയായ്ത്തീരുന്നവരുടെ
കഷ്ടത തെല്ലൊന്നറിയണ്ടേ?

മറ്റുള്ളവരുടെ വിഷമസ്ഥിതിയിൽ-
ച്ചെറ്റൊരു ദയ നാം കാട്ടണ്ടേ?"

***

പെട്ടന്നെന്നുടെ ജീവനിലാകെ-
പ്പെരിയൊരസഹ്യത ചുരമാന്തി.

മറുപടിയില്ലാഞ്ഞല്ല,തു മകളൊടു
പറയാൻ നാവു വരില്ലല്ലോ;

നൂറാം കാലത്തിനിയും ശീലം
മാറിയെടുക്കാൻ വയ്യല്ലോ!

കാറ്റിലെ നായ്ക്കുറണപ്പൊടി ദേഹ-
ത്തേറ്റാലത്തെ സ്ഥിതിയായി.

മാന്തണമെന്നുണ്ടടിമുടി, പക്ഷേ,
മാന്തിപ്പോയാൽപ്പൊള്ളച്ചു,

ചോര പൊടിഞ്ഞൂ, പൊട്ടീ, വഴിയേ
നീരും വന്നു കിടപ്പായീ!

***

മിണ്ടിപ്പോകരുതിനി ഞാനൊന്നും
ചുണ്ടുകളിറുകിയിരിക്കട്ടെ!

തട്ടിനു കീഴിൽത്തൂങ്ങുന്ന മര-
ത്തവളകണക്കെൻവക്ഷസ്സിൽ

മുലയും ചപ്പിയിരുന്നവളാണീ
മൂക്കു വിറയ്ക്കും പെൺകുട്ടി!

ഊണു കഴിക്കില്ലോമനയിന്നും
ഞാനച്ചേറ്റിലിറങ്ങായ്കിൽ!

യന്ത്രഭ്രാന്തിൻദംഷ്ട്രകളിൽ സ്വാ-
തന്ത്ര്യം ചെന്നു കുടുങ്ങാനും

ആലസ്യത്തിലമർന്നാത്മാവിനു
മൂലക്കുരുവുണ്ടാവാനും

വദനം ചിരിയാൽ മൂടിയ വഞ്ചന
ഹൃദയത്തിൽ കുടിപാർക്കാനും

കുപ്പിപ്പാലിൽതകരച്ചുവയാൽ-
ക്കുഞ്ഞിച്ചുണ്ടു ചുളുങ്ങാനും

സ്നാനമുപേക്ഷിച്ചിന്ദ്രിയമനുദിന-
പാനോത്സവരസബഹളത്തിൽ

ആടിപ്പാടി മരിക്കാനും, ത്രപ
കാടേ ഗതിയെന്നോടാനും

ആരോ കാരണ,മവളാണെന്നോ-
ടാക്രോശിപ്പൂ വീറോടെ,

അഴകുണ്ടാക്കാൻ, അറിവുണ്ടാക്കാൻ,
അന്യരൊടിത്തിരി ദയ കാട്ടാൻ!

ഇതിലും വലിയോരനുകമ്പാർഹത-
യിതിലും വലിയോരജ്ഞാനം

ഇളയിൽകണ്ടീലിന്നേവരെ ഞാ-
നിതിലും വലിയൊരു ചണ്ടിത്തം!

***

മറവീ, ജയ ജയ! മരണം വരെ ഞാൻ
മണ്ണിലിറങ്ങിപ്പണിചെയ്യും!

കാർനിഴൽ മുറ്റിയ കർക്കിടകത്തിൻ
കാനനഭീകരഹൃദയത്തിൽ

പല നിറമിഴുകിയ പൊന്നിൻചിങ്ങം
മലർമഴപെയ്യും ദിവസത്തിൽ

പാഴ്ചളികൊണ്ടെൻമരണം വരെ ഞാൻ
പവിഴപ്പാൽക്കുല വിളയിക്കും!

കണ്ണുള്ളവരതു കാണട്ടേ, കൊയ്-
തുണ്ണാവുന്നവരുണ്ണട്ടേ.

പാറകണക്കെയിരിക്കട്ടേ ഹൃദി
പാവപ്പെട്ടൊരഹങ്കാരം:

സ്തന്യം നല്കി വളർത്തീ ഞാനീ-
പ്പെണ്ണിനെയെന്നതു നിസ്സാരം!

***

ശരിതാനെല്ലാം; എന്നാലും മകൾ
വിരലെൻനേരെ ചൂണ്ടുമ്പോൾ

എന്നുടെ ചുണ്ടിൽക്കിളരും ഹാസം
കണ്ണീർ വീണു കലങ്ങുന്നു.

എന്നുടെ കർമ്മം, ജന്മംതന്നെയു-
മെന്നെന്നേയ്ക്കും പാഴായീ

താളിലയിങ്കൽത്തൂവിയ വെള്ളം-
പോലെന്നല്ലെന്നസ്വാസ്ഥ്യം.

ഇല്ലാ ചത്തു മലച്ചാലെള്ളരി-
വെള്ളം തരുവാനൊരു ജീവൻ

ഇവളല്ലാതെയെനിക്കെന്നതുമ-
ല്ലിപ്പോഴുള്ളോരസ്വാസ്ഥ്യം.

തന്നീലാ വിധി പത്തും നൂറും;
തന്ന കിടാവിന്നാവട്ടേ,

കട്ടിളയോളം വലുതായിട്ടും
കഥയുണ്ടാവുന്നില്ലല്ലോ;

തട്ടീ മൃതിയെൻതലയെന്നാലിവൾ
പട്ടിണിയായിപ്പോമല്ലോ;

കൃത്രിമദന്തം വെച്ചാലും, മൃതി-
പറ്റുകയില്ലെന്നില്ലല്ലോ! ■

അവനാര്?

കരയുന്ന നെഞ്ചിനെ,ക്കുതറുന്ന നെഞ്ചിനെ-
യൊരു കയ്യാൽപ്പൊത്തിപ്പിടിച്ചുകൊണ്ടും,

മുറിവേറ്റു ചോരയിൽപ്പിടയും ഭൂഗോളത്തെ
മറുകയ്യാൽത്തോളിലെടുത്തുകൊണ്ടും,

പരലക്ഷം പകൽകളെ മേയ്ക്കുവാനൊരു താര-
സ്വരമായ ചൂളം വിളിച്ചുകൊണ്ടും,

പകപോലെക്കുന്നിപ്പോരണുഗർഭച്ഛിദ്രത്തിൻ-
പുക തിങ്ങുമന്തരീക്ഷത്തിലൂടെ

അതിദൂരത്തിരുളും വെളിച്ചവുമല്ലാത്തോ-
രവിരാമകാന്തിമൽപ്പുരിതൻനേരെ

കരയറ്റ കണ്ണുനീർക്കടലിലെത്തിരകളിൽ,
കനമുള്ള ചരണങ്ങളൂന്നിയൂന്നി

വിരിനെറ്റി വേർത്തതും കഴൽവെള്ള വെന്തതു
മറിയാത്തപോലെ കടന്നുപോയി

ഒരു മൃഗം, ചൊടികളിൽപ്പൂനിലാവൂറിക്കൊ-
ണ്ടെരികണ്ണിൽത്തീവെയ്‌ലുറഞ്ഞുകൊണ്ടും!

***

അലിയുന്നു തങ്ങൾതൻ തരിമണൽദ്വീപുക-
ളനുമാത്രമെന്നു ധരിച്ചിടാതെ

ഇരുപുറത്തക്കാഴ്ച കണ്ടു നിന്നീടിന
ചെറുമനുഷ്യന്മാർ പകച്ചുപോയി:

നരിയല്ല, പുലിയല്ല, മയിലല്ല, മാനുമ-
ല്ല,റിയില്ലാജ്ജന്തുവിൻ പേരൊരാൾക്കും:

അജമല്ല, ഗജമല്ല, കാളയും പോത്തുമ-
ല്ല,റിയില്ലാജ്ജന്തുവിൻ പേരൊരാൾക്കും;

കുറുനരി, കീരി, പാമ്പെലി, പൂച്ച, നായുമ-
ല്ല,റിയില്ലാജ്ജന്തുവിൻ പേരൊരാൾക്കും:

അറിവിൽപ്പെടാജ്ജന്തു ചരണങ്ങളൂന്നിയ
തിരകളിൽപ്പക്ഷേ, പതിഞ്ഞുനിൽപ്പൂ

പലവിധം ശബ്ദങ്ങൾ, ശിലകളിലല്ലെങ്കിൽ-
ത്തലയിൽക്കുറിച്ച കുറിപ്പുപോലെ.

ഒരിടത്തതാ കുരുക്ഷേത്രമെന്നാകിൽ മ-
റ്റൊരിടത്തു കാൽവരിയെന്നു കാൺമൂ:

ഗതയെന്നും കാണുന്നു ഹീറയെന്നും കാഞ്ചീ-
പുരമെന്നും കാണുന്നു വാർദ്ധയെന്നും.

***

പൊരുളെന്തിതിന്നൊക്കെയെന്നൊരു ചിന്തയാൽ
ചെറുമനുഷ്യർക്കു തല നരയ്ക്കേ

പറയുന്നു പർവ്വതാരോഹകൻ: "കിട്ടിപ്പോയ്
പ്പൊരു,ളാ മൃഗംതന്നെ ഹിമമനുഷ്യൻ."

പറയുന്നു യന്ത്രനിർമ്മാതാവും, "കിട്ടിപ്പോയ്-
പ്പൊരു,ളവൻ ചൊവ്വാമനുഷ്യനത്രേ."

പിറുപിറുത്തുംകൊണ്ടു നില്ക്കും വയോധിക-
രുരചെയ്തിതൊറ്റസ്വരത്തിലപ്പോൾ,

"എതിർപാർത്തതീശ്വരരൂപമല്ലോ; പൊരുൾ
ഹതഭാഗ്യർ നമ്മളറിഞ്ഞീലല്ലോ!"

***

ഇരുളിൽനിന്നൊരു പൊട്ടിച്ചിരിയുടൻ കേൾക്കായി
കരളിന്റെ കരളിൽനിന്നെന്നപോലെ,

"ചരലിന്റെ മൂർച്ച സഹിക്കുവാൻ വയ്യാഞ്ഞി-
ട്ടിരുകാലും തോലിൽപ്പൊതിഞ്ഞവരേ,

ഇരുകാലും നീട്ടി നടക്കുവാൻ വയ്യാഞ്ഞി-
ട്ടുരുൾ വെച്ച വാഹനം തീർത്തവരേ,

ചുമലിന്നു ഭാരം പൊറുക്കാഞ്ഞു കപ്പിയിൽ
കയറിടും കളവു പയറ്റിയോരേ,

മഴയേൽക്കാൻ മഞ്ഞേൽക്കാൻ വെയിലേൽക്കാൻ
കാറ്റേൽക്കാൻ
കഴിയാഞ്ഞു പുര കെട്ടിക്കൂടിയോരേ,

അപരരെപ്പേടിച്ചിട്ടവനവനെക്കൊല്ലു
മണുബോമ്പു നിർമ്മിച്ച ദുർബ്ബലരേ.

ഫലചിന്തയില്ലാത്തോരഭയാത്മപ്രേമത്തിൻ-
ബലമെന്തെന്നറിയാത്ത ദുർഭഗരേ,

ഇരുകാലിൽ നിൽക്കുന്ന നിങ്ങൾതൻ ജീവനു-
ണ്ടിഴയുന്നൂ ശിശുപോലെ മണ്ണിലിന്നും.

അറിയാവതെമ്മട്ടിൽ, പറയാവതെമ്മട്ടി-
ലവശരേ, നിങ്ങൾക്കെൻ നാമധേയം?"

***

അവിരാമകാന്തിമൽപ്പുരിയുടെ ഗോപുര-
ച്ചുമരിലാശ്ശബ്ദം പ്രതിധ്വനിയ്ക്കേ,

വിടരുന്ന ശൂന്യതാവക്ത്രം വിനീതർതൻ
വിടരുന്ന വിസ്മയം പോലെ നിൽക്കേ,

അവനോതി, "ഈശ്വരൻതന്നെ ഞാൻ എങ്കിലു-
മതു വെറും സാമാന്യനാമമത്രേ:

ശരിയായ പേരെ,ൻവിശേഷനാമം തന്നെ-
യറിവിൻ: ഞാൻ പച്ചമനുഷ്യനത്രേ!"

ഇതുകേട്ടു നാവു കടിച്ചുപോയാളുക;
ളിമ വെട്ടാക്കൺകൾ തുറിച്ചുപോയി.

"പരമാർത്ഥമിക്കേട്ടതാണെങ്കി,ലാരെന്നു
പറയേണ്ടൂ നമ്മളെ നമ്മൾ മേലിൽ!"

മനുഷ്യൻ പിറന്നു

കടലു വിഴുങ്ങീ രാജ്യം കണ്ണീർ-
ക്കടലാ; ക്കടലിൻമധ്യത്തിൽ

'അമ്പട ഞാനേ' നിന്നു ചിലചില
സമ്പൽദ്വീപുകളലിയാതേ.

അകമേ തങ്കപ്പാറകളോടെ-
പ്പുറമേ പവിഴപ്പുറ്റോടെ*.

ദ്വീപിനുമീതെ പ്രതിനവനിമിഷ-
ദ്വിഗുണീകൃതമാം ഭയമേന്തി

കുത്തിയിരുന്നു പൂതത്താന്മാർ
കത്തിപ്പുകയും മിഴിയോടെ.

കടലല പൊങ്ങിപ്പൊങ്ങിച്ചെന്നാ-
ക്കരയെത്തല്ലിയുടയ്ക്കുമ്പോൾ,

ഉടയും പാറയൊടൊപ്പം തിരതൻ
സ്ഫടികപ്പല്ലും തകരുമ്പോൾ,

അലയിൽത്താണുമുയർന്നും ചീറീ
നില കിട്ടാത്ത ചെകുത്താന്മാർ,

'മുങ്ങിപ്പോയീ ഞങ്ങടെ രാജ്യം,
ഞങ്ങളെയൊന്നു പിടിച്ചേറ്റൂ.'

'ഞങ്ങടെയാണീ ദ്വീപ,മതിന്മേൽ
നിങ്ങൾക്കില്ലൊരു തരിപോലും.'

'ഇന്നലെ നിങ്ങളടക്കിയതാവാ,-
മിന്നതിനെങ്ങളുമവകാശി.'

'തൊട്ടാലപ്പോൾക്കൊത്തിമുറിക്കും
തൊട്ട വിരൽത്തുമ്പോ,ർത്തോളൂ.'

'കൊത്താനോങ്ങുന്നവരുടെ വംശം
കൊന്നുമുടിക്കും, കണ്ടോളൂ.'

പൊങ്ങിപ്പൊങ്ങിവളർന്നാ നാദം
വിങ്ങിനിറഞ്ഞിതനന്തത്തിൽ:

'എന്നാലങ്ങനെയാട്ടേ, വരുവിൻ,
'കൊന്നുതുടങ്ങാമന്യോന്യം.'

'കൊന്നുതുടങ്ങാമന്യോന്യം' 'ശരി,
കൊന്നുതുടങ്ങാമന്യോന്യം.'

'ആരു ജയിക്കും?' 'കാണാം' 'ചോരയി-
ലാറാടട്ടേ ബ്രഹ്മാണ്ഡം.'

***

ദിക്കുകളെട്ടും മരവിക്കേ, സ്ഥിര-
നക്ഷത്രാവലി വിറകൊൾകേ,

വെള്ളിടിവെട്ടീ; ഞൊടിയിലൊരമൃത-
ത്തുള്ളി പൊഴിച്ചൂ വിരിവാനം

യുഗപരിവർത്തനദശയിൽപ്പെയ്യും
സുഗഭീരോജ്ജ്വലദയപോലെ!

മന്ദമിറങ്ങിവരുമ്പോളാജ്ജല-
ബിന്ദു വിടർന്നൂ വഴിയാലെ

അരിമയിലുദയദ്യുതിപരിവേഷ്ടിത-
മൊരു വെൺതാർക്കുടഞെറിപോലെ!

അപ്പോൾക്കാണാ,യതിലൊരു കിഴവൻ,
സ്വല്പശരീരൻ, കടുഭാവൻ,

അചലത്തെക്കാളചലൻ, തപനനി-
ലധികം തപനൻ, നിൽക്കുന്നു!

കണ്ണടയിങ്കൽക്കട്ടപിടിച്ചൂ
മണ്ണിലെ ദിവ്യജ്ഞാനങ്ങൾ,

ഊശൻതാടിയിലൂഞ്ഞാലാടീ
പേശലവിശ്വസ്നേഹങ്ങൾ,

കയ്യിലെ ദണ്ഡിലുറച്ചുകിടന്നൂ
കർമ്മൈകാഹൃതധൈര്യങ്ങൾ,

അഭിനവലോകവിഭാവന കാണാ-
യരയിലുടുപ്പിന്നിഴതോറും.

***

കരയിൽപ്പൂതത്താന്മാരവനെ-
ക്കണ്ടുവെറുത്തു നിമന്ത്രിയ്ക്കേ,

കടലിലുഴന്ന ചെകുത്താന്മാരോ,
കഷ്ടംവെച്ചു ചിരിയോടെ

അവനാട്ടേ, താനൂന്നിയ വടിയാ-
മിരുതലകൂർത്തൊരു കുന്തത്തെ

പൂതത്താന്റെ, ചെകുത്താന്റേയും
ഭീതികൾ കൊക്കും ഹൃദയത്തിൽ

ഒന്നിടവിട്ടു തറച്ചാൻ, ശേഷി-
ച്ചൊരുവനുമില്ലെന്നാവോളം:

തോണ്ടിയെടുത്താനോരോ വലിയിലു-
മോരോ പറ്റം സർപ്പത്തെ!

നോവു പൊറാഞ്ഞി,രുവരിയായ് നില്പവ-
രേവരുമഴുതാരന്നേരം.

അലമുറ മെല്ലെന്നവസാനിക്കേ
തല മുന്നോട്ടു കുനിഞ്ഞതപ്പോൾ,

തൻതൻ കരിനീലോഗ്രശരീരം
തങ്കംപോലവർ കണ്ടപ്പോൾ,

കല്ലിലഹല്യ ജനിച്ചതുപോലെ
മുള്ളിൽപ്പൂ വിരിയും പോലെ

അവരുടെ ലക്ഷം ചുണ്ടിലുദിച്ചൂ
ശിവമയമിസ്സാമാലാപം,

"അയ്യോ, ഞാനൊരു നൂൽക്കൊടിയെങ്കിലു-
മരയിലുടക്കീട്ടില്ലല്ലോ!"

പശുവും മനുഷ്യനും

വാണിയങ്കുളത്തു നിന്നൊരു പയ്ക്കിടാവിനെ
വാങ്ങിയിട്ടുണ്ടേ മേനോ,"നെന്നൊരു പുക കേൾക്കേ

താടിയെല്ലിനു നേരിട്ടുയർന്ന ചുടുചായ
താഴെ വെച്ചെഴുന്നേറ്റാനുണ്ണീരി നടക്കൊണ്ടാൻ.

കാണുമ്പോളല്ലേ, നെറ്റിയ്ക്കുണ്ടൊരു വെള്ളച്ചുട്ടാ-
ക്കേമിക്കു, വളഞ്ഞോരോ ചാണോളം പോരും കൊമ്പും,

അഴകിന്നവതാരമാണവൾ, അയ്യാ, നില-
ത്തൊഴുകിക്കളിക്കുന്നൂ ബാലധിക്കരിങ്കൂന്തൽ.

"കണ്ണെഴുതിയിട്ടുമുണ്ടല്ലേടി, മോളേ, നീ" എ-
ന്നുണ്ണീരി മെല്ലെപ്പയ്യിൻ ചെവിയിൽപ്പറയവേ,

നെറ്റിയിലെഴുമൊറ്റച്ചുഴിയും പിന്നിൽപ്പൂഞ്ഞ
ക്കെട്ടിനു കീഴേ ഭാഗ്യച്ചുഴിയും നിരീക്ഷിക്കേ,

അവൾതൻ നടുപ്പുറച്ചുഴിയിൽത്തർജ്ജന്യഗ്ര-
മമർത്തിസ്സർവ്വാംഗവുമൊന്നിച്ചു വിറപ്പിക്കേ,

അൻപുറ്റ മിഴിയോടെ കോലായിൽ നില്ക്കും മൂത്ത
തമ്പുരാൻ ചൊല്ലീ, "നീയാണിതിനെശ്ശുശ്രൂഷിക്കാൻ;

പയ്യിനെത്തല്ലാം തെച്ചിപ്പൂവാരേഴൊന്നാൽ, വെണ്ണ-
നെയ്യുരുളയാൽമാത്രമെറിയാം വേണ്ടീടുകിൽ."

തിരുവായ്ക്കെതിർവായില്ലു,ണ്ണീരിയോർത്തൂ, തന്റെ
കരൾനോവിപ്പയ് നക്കിത്തോരിച്ചെന്നുമാം പക്ഷേ.

***

മുഖ്യമാണേകാദശീവ്രതഭഞ്ജനത്തിന്നു
മുറ്റും [1]'ദ്വാദശിക്കായ്ക'ളെന്ന വിശ്വാസത്തോടെ

തമ്പുരാനറുപ്പിക്കും നെല്ലിക്കകളിലൊന്നു
തൻകയ്യാലെടുത്തവൻ കടിച്ചുതിന്നീടവേ,

ചവച്ചീടുന്നൂ തന്റെ ഭാവന മുൻകാലത്തിൻ
ചവർപ്പും മാധുര്യവും; കണ്ണുകൾ നിറയുന്നു:

അന്നവൻ മലമറിച്ചീടാവും കിളക്കാരൻ,
കന്നുപൂട്ടലിൽ, ത്തെങ്ങുകേറലിൽ സ്സുവിദഗ്ദ്ധൻ,

ആളുകൾക്കെല്ലാം പ്രിയൻ, കാലിയെ വാങ്ങുന്നവർ-
ക്കാകവേ വിശ്വസ്തനാമൊരു ലക്ഷണക്കാരൻ

കാശിന്നും പണത്തിന്നും കളിയെന്നില്ലാ, വേനൽ-
ക്കാലത്തോ തടി ചായ്ക്കാൻ സ്വൈരവുമുണ്ടാവില്ല!

[2]'കന്നിനെത്തെളി'യല്ലേ ദേശമാം ദേശത്തൊക്കെ?
ഉണ്ണീരി വേണം താനുമേവർക്കും [3]'ചെരിപ്പിന്മേൽ'.

ജീർണ്ണമാം തൊഴുത്തിലും [4]'പുല്ലൂട്ടിയി'ലും പാർക്കും
നീറിനെച്ചിതലിനെക്കുഴിയാനയെപ്പോലും

ചൂലുകൊണ്ടടിച്ചെടുത്തകലെത്തള്ളി, സ്വച്ഛ-
ശീലയാം [5]'മൊഖാല'യെക്കുടിവെച്ചതിൻശേഷം,

കയ്യാലപ്പക്കത്തൊഞ്ഞ കുണ്ടയിൽനിന്നാറേഴു
[6]കന്നോളം വൈക്കോലൂരിപ്പുല്ലൂട്ടി നിറച്ചപ്പോൾ

പൂർവ്വമാമലയിന്മേൽച്ചുരന്നു മെല്ലേ മെല്ലേ
പൂർണ്ണിമ മൊഖാലതൻ മധുരക്ഷീരം പോലെ.

---

1. നെല്ലിക്ക
2. കാളപൂട്ട്
3. കന്നുകൾ വലിച്ചുകൊണ്ടു പോകുന്ന മരപ്പലക
4. പുൽത്തൊട്ടി
5. മുഖത്തു കലയുള്ള പശു
6. വൈക്കോൽക്കെട്ടുകളോളം

അവൾതൻ തീനും കണ്ടുനിന്നുവോ താനത്രമേൽ
അരുളിച്ചെയ്തീടുന്നു തമ്പുരാൻ: "ഉണ്ണാൻ വായോ".

പരുത്തിക്കൊട്ടയ്ക്കൊപ്പം പിണ്ണാക്കും കുതിർന്നുട-
ഞ്ഞുറകുത്തീടുമുണങ്ങെല്ലരിക്കഞ്ഞിച്ചെമ്പിൽ

ഉള്ളങ്കൈ നടത്തിക്കൊണ്ടാവോളം പശുവിന്റെ
പള്ളയിലാക്കിത്തൊട്ടുതടവിക്കഴിഞ്ഞപ്പോൾ

മുറ്റത്തെ നെല്ലിക്കൊമ്പിൽപ്പാതിരാക്കിളി പാടീ,
മുഗ്ദ്ധമാഗ്ഗീതം കിനിഞ്ഞിറങ്ങീ തദാത്മാവിൽ.

കയ്യാലയ്ക്കകം വൈക്കോൽക്കിടക്ക തീർത്തൂ, ചായ്ചു
മെയ്യവ, നതിന്മീതേ വിരിച്ചോ[1]'രാൾപ്പാ'യിന്മേൽ.

ഒരു പപ്പടത്തോളം വെളിച്ചം വീണു മെല്ലെ-
ന്നിരുളിൽ,ക്കറങ്ങുമാശ്ശോഭയിൽക്കാണായ് വന്നൂ:

പൂങ്കണ്ണീരരുവികളൊഴുകും കവിളുകൾ
പൂർണ്ണേന്ദുക്കളെപ്പോലെത്തിളങ്ങും നഖങ്ങളും:

തന്നുടെ തനിച്ഛായ ചേരുമൊരാൺകുഞ്ഞുണ്ടാ-
ത്തയ്യലിൻമടിത്തട്ടിൽച്ചിരിച്ചു തിണ്ടാടുന്നൂ.

പറയുന്നുമുണ്ടെന്തോ കാന്താംഗി; കേൾപ്പീലൊന്നും;
അറിവീലാരീ നാരി? ഗാഢമായ് ച്ചിന്തിപ്പൂ താൻ.

ഉൽക്കടദൈന്യം മുഖത്താളുന്നൂ, കുടിലിന്റെ
തെക്കുഭാഗത്തേയ്ക്കവൾ നടന്നുചെന്നീടുന്നൂ.

ആറടിനിലം മാന്തിക്കുഴിച്ചീടുന്നു നീണ്ടു
വാരൊളിതൂകും തൻകൈനഖരങ്ങളാലവൾ.

കുഞ്ഞിനു മീതേ താനും ശയിപ്പൂ, ചാരത്തെ മൺ-
കൂമ്പാരം സ്വയം നീങ്ങിച്ചെന്നു മൂടുന്നൂ കുഴി.

1. ഒരാൾക്കു കിടക്കാവുന്ന പായ

ഉടനെക്കത്തീ ദുഃഖമുണ്ണീരിയുടെ നെഞ്ചി,-
ലുരുകീ വിയർപ്പാ,യാളുണർന്നൂ കിതപ്പോടെ.

***

അക്ഷയമേതോ പൂർവ്വസ്മൃതിപോലല്ലോ കൊറ്റി-
നക്ഷത്രം ശോഭിക്കുന്നൂ വിളറും വാനത്തപ്പോൾ;

മോശമായിരുന്നില്ല തന്റെ കൈനേട്ടം; നീയും
വാശികൊൾവതുപോലെത്തോന്നുന്നൂ പലതിലും,

നികന്നുവരും മധുപാത്രമില്ലദ്ദേഹത്തിൻ-
വകയാമൊരു തരിപ്പാഷാണം കലരാതെ.

അല്ലെങ്കി,ലൊന്നാമത്തെപ്പേറിന്നു വരിക്കേണ്ട-
തില്ലേവമപമൃത്യു പൊന്നാരക്കാളിക്കുട്ടി,

കറുപ്പിന്നെന്താണെ,ണ്ണക്കൊഴുപ്പാണവൾ, ഇല്ലാ
പൊറുത്തോരാ നീൾക്കണ്ണേറേറ്റിട്ടു പനിക്കാതെ.

എങ്കിലുമാണിൻ മുമ്പിലെന്നുമാ നോട്ടം തങ്ങി
തൻകാൽത്തൂനഖദ്യുതി ചുണ്ടും നേർവഴിയിൽത്താൻ.

അവൾതൻ കുടിലതയൊട്ടുക്കുമരക്കെട്ടു-
കവിയെത്തിരതല്ലും കറ്റച്ചായലിലത്രേ.

കാളിക്കുട്ടിയോടൊപ്പം ചത്തുപോയുണ്ണീരിയെ-
ന്നാളുകൾ തമ്മിൽത്തമ്മിൽ മന്ത്രിപ്പു തന്നെക്കാൺകേ.

അതു നേരാവാ, മവളിരിക്കും കാലം നിന്നു
മദയാനയും തൻകൈ വരച്ച വരയിന്മേൽ.

ഇന്നനുകമ്പപ്പെരുമാരിയാം തന്നോടുള്ളൂ
കന്നാലിപ്പിള്ളർക്കു,മിതെങ്ങനെ സഹിക്കാവൂ!

***

പിറ്റേന്നു കാലേ തോട്ടിൽക്കഴുകീ മൊഖാലയെ,
മുറ്റുമുന്മേഷത്തോടെ കുളിച്ചു പിന്നേ താനും.

ഇളവെയ്ലേറ്റുംകൊണ്ടു തിരികെപ്പോരും നേരം
ഫലിതം പറഞ്ഞാനാപ്പയ്യിനോടയാളേറെ,

"ഇക്കൊല്ലമില്ലേ നിന്റെ [1]കടിഞ്ഞൂൽപ്പേറാ,ക്കുഞ്ഞി-
മക്കളെത്താലോലിക്കാൻ കൊതിയാവുന്നൂ പെണ്ണേ!"

***

ഇന്നലെക്കഴിഞ്ഞതുപോലെയാണെല്ലാം; പതി-
നൊന്നുരു വീണ്ടും മുറ്റത്തുയർന്നൂ വൈക്കോൽക്കുണ്ട.

ഒക്കെയുമുണ്ണീരിതൻ കൈവഴി മൊഖാലയും
മക്കളുമകത്താക്കീ,ചാണകം വളമായി.

ഒന്നുക്കൊന്നര തന്നൂ മേനോന്റെ പുഞ്ചപ്പാട-
മിന്നതു വിശപ്പെന്നു മറന്നൂ പത്തായങ്ങൾ

പശുവീപ്പടിക്കുള്ളിൽ കാലുകുത്തിയ കൊല്ലം
പത്മിനിക്കുഞ്ഞമ്മയ്ക്കൊരാൺപിറന്നവനുണ്ടായ്.

കോവിലകത്തെക്കൊച്ചുതമ്പുരാനല്ലോ വന്നൂ;
ദേവതേ, വാഴൂ മദിരാശിയിലായുസ്സോടെ!

ഒരു ക്ലാസിലും തോല്ക്കാതില്ലാത്ത മടയനും
തിരുമാലിയുമായ വേണുത്തമ്പുരാനല്ലോ

പത്തിൽനിന്നൊന്നാമനായ്ജ്ജയിച്ചു മൊഖാല വ-
ന്നെത്തിയ കൊല്ലം, സ്ഥിതിയെത്രമേൽ മാറിപ്പോയി.

കത്തിച്ച വാണക്കുറ്റിതന്നെയാം ഭാഗ്യം; ഇന്നാ
ബുദ്ധിമാൻ തുക്ടിസ്സായ്പായിരിപ്പൂ വടക്കെങ്ങോ.

ദുരിതംതന്നേ ഗൃഹനാഥയ്ക്കു പക്ഷേ, പൈക്കൾ-
ക്കറിവില്ലല്ലോ വാതചികിത്സാവിധിയൊന്നും.

മറക്കൂ കിട്ടാക്കുറ്റി, റൊക്കമെന്തുണ്ടെന്നോർക്കൂ:
മനശ്ശാന്തിക്കീബ്ഭൂവിലത്രയേ പൊരുൾ പണ്ടും.

---

1. ആദ്യപ്രസവം

മറിച്ചും മൊഖാലതൻ കാര്യങ്ങൾ മെച്ചംതന്നെ:
പറിച്ചു നട്ടില്ലയോ തന്നിൽനിന്നെട്ടെണ്ണത്തെ?

ആയുസ്സുമുണ്ടേവർക്കും: മൂത്തവന്നാനക്കാർതാ-
നാകിലും കുളമ്പുകൊണ്ടൊന്നമർക്കാനേയുള്ളു.

പട്ടായിമാറും കള്ളനുണ്ണീരി വന്നാൽമാത്രം;
തൊട്ടുരുമ്മീടും താട ചൊറിയിക്കുവാൻ വേണ്ടി.

പറയാൻ വാക്കില്ലല്ലോ തിര്യക്കിന്നോ,രോ ചെള്ളും
പറിച്ചുകൊടുക്കുമ്പോളുണ്ടൊരു വാലിട്ടാട്ടൽ.

മേലെയാ രണ്ടാമതു പെറ്റതാം [1]'പൂവാലി'താൻ
ശീലത്തിൽ, അല്ലെങ്കിലതമ്മതൻ മകളത്രേ.

പതിനൊന്നാണ്ടിൻ മുമ്പു കുഴയും കാൽവെപ്പോടി-
ത്തൊടിയിൽച്ചവിട്ടിയ നിന്നമ്മതൻചേലൊക്കെ

പൂവാലി, നിന്മക്കളും പുലർത്തുന്നല്ലോ ശ്യാമ-
മേദുരവപുസ്സിനാൽക്കൊമ്പിനാൽ വാലാൽച്ചൂട്ടാൽ.

പാഴിലല്ലല്ലോ കാലം ക്രൂരമെന്നാക്ഷേപിപ്പു
പൂർവ്വികർ: മൊഖാലയിന്നെന്തുമാതിരിയായ്പ്പോയ്!

എല്ലുകളെണ്ണാം, രോമം മിക്കതും കൊഴിഞ്ഞൂർന്നൂ,
മെല്ലിച്ചു, ചാരംപോലെ വിളർത്തുംപോയീ വർണ്ണം,

ഒരു നാരെന്തെങ്കിലും കടിച്ചു,മതിയായി!
ഒരിറക്കെന്തെങ്കിലും കുടിച്ചു, തൂമ്പിപ്പോയി!

അവളാണരപ്പറപ്പാൽതന്ന മൊഖാലയെ-
ന്നാണയിട്ടാലും പുറനാട്ടുകാർ ചിരിക്കുന്നു!

***

അശ്രുവിൽക്കലങ്ങുന്ന കണ്മഷി കപോലത്തി-
ലാടിയേ വന്നൂ തുലാമാസത്തിലൊരു കാല്യം.

---

1. വാലിന്റെ ഓമനപ്പേര്

മുറുക്കിക്കൊണ്ടേ മൂത്ത തമ്പുരാനപ്പോൾ ചാരി-
യിരിപ്പൂ കോലായിലെ ക്യാൻവാസുകസേലയിൽ.

ഉണ്ണീരി മഴമുകിൽപ്പൊടിയെശ്ശപിച്ചുംകൊ-
ണ്ടെണ്ണതേപ്പിപ്പൂ മുറ്റത്തുള്ള തൻമൊഖാലയെ

ഇത്തിരി ചുടുവെയിൽ കിട്ടിയാൽപ്പയ്യിൻതോലിൽ
പറ്റിയ ചെള്ളെമ്പാടും പറിഞ്ഞുപോയ്പോയേനേ!

പെട്ടെന്നു ചോദിക്കുന്നൂ തമ്പുരാൻ, "വിറ്റാലെന്തു
കിട്ടുമീച്ചാവാളിക്കൊ,രൂഹം നീ പറഞ്ഞാട്ടെ."

ഉറക്കപ്പിച്ചോ? താനിക്കേട്ടതെന്തു?-ണ്ണീരിക്കു
മുഴക്കം തോന്നീ ചെപ്പിക്കടികൊണ്ടതുപോലെ.

വില്ക്കുമോ മൊഖാലയെ? താനനുവദിക്കാതെ
വില്ക്കില്ല, വിറ്റീടുവാനധികാരമില്ലാർക്കും!

തമ്പുരാൻ തുടരുന്നൂ, "തന്നതു ലാഭം: പതി-
നഞ്ചിനാണെങ്കിൽക്കൊണ്ടുപോയ്ക്കൊള്ളാൻ പറഞ്ഞുഞാൻ.

പറ നീ, ചേതം വരാനെന്തുള്ളൂ? വൈക്കോൽനാരു
വെറുതെപ്പോവുന്നില്ലെന്നുണ്ടല്ലോ സമാധാനം."

***

അക്ഷിയിൽത്തളംകെട്ടും കണ്ണീരിൻ വരമ്പറ്റു
ആത്മബോധത്തിൻ മൂക്കുകയറും തെറിച്ചുപോയ്.

"ഉണ്ണീരിയൊരുത്തനീബ്ഭൂമിയിലുള്ളപ്പോളാ-
ക്കന്നിന്റെ കഴുത്തിലെക്കയറു തൊടില്ലന്യൻ.

തമ്പുരാൻ കല്പിക്കണം, മിണ്ടാപ്രാണിയെത്തൊടും-
മുമ്പവരടിയന്റെ തൊണ്ടയെല്ലറുക്കട്ടെ."

നടുങ്ങിപ്പോയീ വീടും ലോകവും ഗോളങ്ങളും;
അടങ്ങീലുണ്ണീരിയിൽച്ചുരമാന്തിടും മർത്ത്യൻ:

പയ്ക്കളെ സ്നേഹിപ്പവരവയെക്കശാപ്പിന്നു
വില്ക്കില്ലെന്നുച്ചം,സ്വന്തലോഭത്തെശ്ശിക്ഷിക്കട്ടെ.

പാഴ്നിണപ്പണം ദഹിക്കില്ലെന്നു ധരിക്കട്ടെ,
പാലു നല്കിയ കയ്യിൽക്കൊത്തുവാൻ ലജ്ജിക്കട്ടെ,

നോവെല്ലാ മൃഗത്തിന്നും തുല്യമെന്നറിയട്ടെ,
നാവിനെക്കാളും ബലം കൈക്കെന്നും പഠിക്കട്ടെ.

മെയ്‌വിറ നിലയ്ക്കാഞ്ഞു വീഴുന്നു നിജവൈക്കോൽ-
ശ്ശയ്യയിൽച്ചെന്നാബ്ഭൗമസങ്കടപിണ്ഡീഭാവം.

കയ്യാലയ്ക്കുള്ളിൽത്തന്നേ കിടക്കെക്കേട്ടാനൊരു
പയ്യിന്റെയുമ്പാരവമന്തിയോടടുത്തപ്പോൾ.

(അബലന്റേതാം സ്വപ്നമരഞ്ഞാലരയട്ടേ,
പ്രബലൻ തേരോടിക്കാതിരുന്നീലിന്നേവരെ.)
ആരവമകന്നകന്നിശ്ശബ്ദപ്രപഞ്ചത്തിൻ
നീരവഹൃദയത്തിലലിഞ്ഞുംപോയീ പിന്നെ.

അവിടുന്നവനേല്ക്കെസ്സപ്തമി പടിഞ്ഞാറു
പൊലിവു, കൂവീടുന്നൂ വെളിയിൽക്കാലങ്കോഴി.

***

കഴിഞ്ഞു വാതക്കാരിയാ രാവിൽ! മേനോന്നപ്പോൾ
ക്കരിനാഗത്തെച്ചവിട്ടുന്നപോലെന്തോ തോന്നീ.

കണ്ണുനീരൂറി: സഹധർമ്മിണീശവംചേരും
കട്ടിലിൽ മൊഖാലതന്നുടലോ പിടയ്ക്കുന്നു?

കരളിൽത്തൂശിത്തുളവീഴുന്നു, വിടരുന്നൂ
നിമിഷംതോറും, മെഴുത്തിരിയാവുന്നൂ ജീവൻ.

പിറ്റേന്നു പുറത്തളം തുറന്നീടവേ കാണായ്:
മറ്റൊരു ശവം നില്പൂ നെല്ലിത്താഴ്കൊമ്പിന്മേലും! ■

പൊട്ടക്കാള

പൂത്തുപോയല്ലോ, ഹാ, ഞാൻ പണ്ടത്തെക്കഥയൊന്നു
മോർത്തിടാതീയാണ്ടത്തെ വസന്തം വന്നപ്പോഴും!

ആളുകളെന്നെപ്പൊട്ടക്കാളയെന്നാക്ഷേപിപ്പ-
താശുഗൻ വീണ്ടും വന്നെൻ ചെവിയിൽപ്പറയവേ,

ഉള്ള ചെന്തളി,രുള്ള പൂമൊട്ടുകൂടി,പ്പറി-
ഞ്ഞൂർന്നുപോംവിധം പെട്ടെന്നെൻതലയുലരുന്നു.

തൂമണങ്ങളെക്കോരിച്ചൊരിയും പരലക്ഷം
പൂമരങ്ങളോടൊപ്പമെന്തിനു പെറ്റാളെന്നെ,

മൂക്കെന്നതുള്ളോർക്കൊക്കെ മൂർച്ഛയുണ്ടാക്കും മട്ടിൽ
മൂർത്ത ദുർഗ്ഗന്ധത്തെ,യീവത്സലവസുന്ധര?

***

പൂത്തുപോയല്ലോ, ഹാ, ഞാൻ പണ്ടത്തെക്കഥയൊന്നു-
മോർത്തിടാതീയാണ്ടത്തെ വസന്തം വന്നപ്പോഴും!

കരളിൻകര കണ്ണീർപ്പൊക്കത്തിൽ മുങ്ങിപ്പോയ-
തുരിയാടുവാൻ ചെറുനാവില്ലാഞ്ഞിടരോടെ

അമ്മയെച്ചവിട്ടുവാൻ വലിയുമെൻ കാലിന്മേ-
ലമ്മ നിസ്ത്രപം കെട്ടിപ്പിടിച്ചു തൂങ്ങീടുന്നു.

അധികപ്രേമംകൊണ്ടു കുഴയും മുറുക്കത്തിൽ:
'അസഹായയാം കുഞ്ഞേ, ഞാനു'മെന്നല്ലീ സാരം?

അറിവേനിപ്പോൾ: അമ്പോ, ദുസ്സഹം മൗഢ്യത്തിന്റെ
പരിഹാസത്തെക്കാളീ സ്നേഹത്തിൻ സഹതാപം! ■

കുണ്ടുണ്ണി

അമ്പത്തേഴു പിറന്നാളു-
ണ്ടതിൽപ്പിമ്പി,ന്നു രാവിലെ
അമ്മയ്ക്കു വഴിപോൽ ശേഷ-
ക്രിയചെയ്തെഴുനേല്ക്കവേ

നിശ്ചലം നിന്നുപോകുന്നി-
തകാരണമകാരണം;
അന്ധമെങ്കിലുമെൻ കണ്ണി-
ലുറൂന്നുണ്ടശ്രുവിന്നുമേ.

***

പിറന്നാനൊരു കുണ്ടുണ്ണി-
യമ്പത്തേഴാണ്ടിനപ്പുറം
ഇരുളിൽപ്പുഴ്ന്നൊരീ നാട്ടിൻ-
പുറത്തെക്കൊച്ചു കൂരയിൽ.

ആരാന്റെ പാട്ടക്കൃഷിയാ-
ണാ വീട്ടിന്റെ കുലത്തൊഴിൽ.
എങ്കിലും പശിയെന്തെന്നാ-
ക്കുഞ്ഞറിഞ്ഞീലൊരിക്കലും.

എടുക്കാനും കൊടുക്കാനു-
മാൺകുഞ്ഞില്ലവനെന്നിയേ
തറവാട്ടിൽ; കടിച്ചിട്ടി-
ല്ലുറുമ്പും പേനുമുണ്ണിയെ.

നാലുപേരുണ്ടവന്നമ്മാ-
മന്മാരാ,ക്കൈപ്പടങ്ങളിൽ
വിശ്രമിക്കാൻ കൂടിയില്ല
മൂധേവിക്കൊരു മാത്രയും.

പറങ്കിമാമ്പഴത്തോപ്പി-
ലാറ്റിൻ ചിറ്റോളമാലയിൽ,
അശോകപ്പൂമരക്കൊമ്പിൽ,
മൂരിക്കുട്ടന്റെ വാലിലും

ചൂളമിട്ടാടിനാൻ ചെക്ക-
നിളംകാറ്റെന്നമാതിരി.
എന്നാൽ,കൈയിൽത്തഴമ്പോലു-
മമ്മാമന്മാർ മരിക്കവേ

അവന്നു വിശ്വരൂപത്തി-
ലരുളീ പശി ദർശനം.
ഇമ പെട്ടെന്നു പോയ്പോയ
കണ്ണിൽത്തീവെയിൽ വീഴവേ

പകയ്ക്കും കൃഷ്ണമണിപോ-
ലവൻ നിന്നൂ നിരാശ്രയൻ!
എങ്കിലും ചിലനാൾകൊണ്ടാ
നടുക്കം പഴകീടവേ

തന്നുള്ളിലെപ്പൂരുഷനെ-
ക്കണ്ടെടുത്തു നിരങ്കുശൻ
ഞാനീ ഞാനേയുള്ളു നാളെ
മേലിലീപ്പുര താങ്ങുവാൻ;

മൃദുലാസ്ഥികളേ, കല്ലായ്
ത്തീരുവിൻ ദയവാർന്നുടൻ!
കരിയും നുകവും പേറി-
പ്പതിനഞ്ചാം വയസ്സുമായ്

കന്നിൻകുളമ്പടി തുടർ-
ന്നുഭയത്തിലിറങ്ങവേ
ഞാനീ ഞാൻ കോൾമയിർക്കൊൾവൂ
താഴത്തെൻ മാതൃഭൂമിയും,

കടിഞ്ഞൂൽപ്പൂക്കളാൽ ചുറ്റും
ചിരിക്കും നവവർഷവും!
ആദ്യത്തെദ്ദിവസം കാലൊ-
ന്നിടറിപ്പൊട്ടിയെങ്കിലും

പിറ്റേന്നുതാനെന്റെ കണ്ട-
മമ്പെപ്പൂട്ടി മറിച്ചു ഞാൻ.
രണ്ടാമത്തെപ്പുകിലിൽ ഞാൻ
കൊയ്യിച്ച മണിനെല്ലുകൾ

മെതിച്ചളന്നു കൂമ്പാര-
മാക്കി മുറ്റത്തു കൂട്ടവേ
ചൊല്ലിനാരെന്നമ്മ രണ്ടു
പെങ്ങന്മാരും സവിസ്മയം:

"ഒന്നുക്കൊന്നരയാണല്ലോ
വിളവീയാണ്ടി,ലിപ്പണി
എവിടുന്നു പഠിച്ചാനീ-
ച്ചെക്കനിത്ര തെരുക്കനെ?"

"തലകുത്തി മറിഞ്ഞിട്ടു-
മമ്മാമന്മാരൊരിക്കലും
വിളയിച്ചീലിത്ര നെല്ലീ-
ച്ചെക്കൻ കെങ്കേമനല്ലയോ?"

"നാലുതൂണും കാറ്റിലാടി-
വീണതോർത്തു കരഞ്ഞ നാം
കണ്ടീലൊ,റ്റക്കരിങ്കൽത്തൂ-
ണുണ്ടായീ പുര താങ്ങുവാൻ!"

തങ്ങളെക്കാളൂക്കനായ
മണൽത്തരികളേറ്റിയും
കുതിച്ചും പാഞ്ഞിതപ്പോഴെൻ
കാൽക്കീഴിൽപ്പാഴുറുമ്പുകൾ.

ഉയർന്നൂ യൗവനത്തിന്ന-
ന്നുത്തമാംഗം പൊടുന്നനെ
ദേവമാർഗ്ഗത്തോളം: എന്നിൽ
ച്ചെറുതാണെന്തുമുർവ്വിയിൽ!

വിധിതൻകണ്ണിലാക്കുഞ്ഞി-
ഗ്ഗർവ്വമാപ്പെട്ട വേളയിൽ
വാത്സല്യക്കണ്ണുനീരൂറി,-
ലിന്നതോർത്തു ചിരിപ്പു ഞാൻ!

അല്ലെങ്കി,ലെന്തിനുണ്ടായി
ചിരിച്ചുംകൊണ്ടിരിക്കവേ
പിറ്റേത്തെ വേനലിൽത്താനൊ-
രുണലെന്നുടെ നെറ്റിയിൽ?

അതു കാൺകെ,പ്പാവ,മെന്റെ
കണ്ണിൽക്കണ്ണാടിനോക്കവേ
കളിമ്പം പെയ്തു ചേട്ടത്തി,
"കൂമ്പിയല്ലോ മുഖക്കുരു".

നുള്ളിക്കളഞ്ഞു നാണത്താ-
ലുണലാ രാത്രിതന്നെ ഞാൻ;
പുലർച്ചയ്ക്കുണരുമ്പോഴോ,
കുളിർകോരുന്നു മേനിയിൽ!

സൂര്യദേവനുദിച്ചിട്ടും
പായിൽച്ചുരുളുമുണ്ണിയെ
വിളിക്കാനെന്നമ്മ ചൊടി-
ച്ചരികത്തെത്തിനിൽക്കവേ

പുതപ്പു നീക്കിച്ചൊന്നാളെ-
ന്നർദ്ധനിദ്ര കലങ്ങവേ,
"ചെക്കന്റെ മേലെന്തൊട്ടാകെ-
പ്പൊന്തിക്കാണുന്നു ദൈവമേ!"

അമ്പത്തിയഞ്ചുദിവസ-
മാരാന്റെ പരിചര്യയിൽ
കഴിഞ്ഞിട്ടല്ലയോ പിന്നീ-
ടെഴുന്നേറ്റു കുളിച്ചു ഞാൻ!

അന്നു ഞാനുമ്മറത്തെത്തി-
ച്ചുറ്റും നോക്കിയ വേളയിൽ
ഒരു കാര്യമുറപ്പായീ:
ലോകം ഞാൻ കാണലില്ലിനി!

ആളിപ്പോയെൻമനസ്സപ്പോൾ,
ച്ചൂളിപ്പോയെന്നിലേയ്ക്കു ഞാൻ;
രൂപവും വർണ്ണവും ചേർന്ന
വെളിച്ചം കെട്ടുപോയിതോ?

ഇനി ഞാൻ കാൺകയില്ലെന്നോ
ജ്വലിക്കും സൂര്യദേവനെ,
പൂനിലാവു പൊഴിക്കുന്ന
നിറതിങ്കൾക്കുടത്തിനെ,

കണ്ണുചിമ്മിക്കളിക്കുന്ന
കമ്രനക്ഷത്രരാശിയെ,
മഴവില്ലിനെ, വാരന്തി-
പ്പുലരിച്ചെന്തുടുപ്പിനെ?

ഓർത്തുപോയീ, പണ്ടു വാവു-
കുളിക്കാൻ പോയ നാളിൽ ഞാൻ
നിരന്തരതരംഗാതി-
ഘോരവാരാശി കണ്ടതും

പഴനിക്കമ്മയോടൊത്തു
പാല്ക്കാവടിയെടുത്തനാൾ
നിത്യനിശ്ചലഗംഭീര-
ഗിരിശൃംഗങ്ങൾ കണ്ടതും

ഓർത്തുപോയീ, ഗ്രീഷ്മരാത്രി
ഞാനീ മുറ്റത്തു ലാത്തവേ
നീലവാനം നിദിധ്യാസ-
ലീനം മുകളിൽ നിന്നതും

രോമങ്ങളെത്തരിപ്പിക്കും
മാരിയേറ്റു നടക്കവേ
നിരന്തഹരിതാനന്ദ-
മൂഴിനീളെപ്പടർന്നതും.

വിടർന്ന കുഞ്ഞിപ്പൂവിന്മേൽ-
ത്തുടിക്കും മഞ്ഞുതുള്ളിയും
ഇരുളിന്മേലരിക്കുന്ന
പൊന്നുമിന്നാമിനുങ്ങയും

എത്ര സുന്ദരമെന്നന്നു
ചിന്തിച്ചേൻ കാര്യമായി ഞാൻ.
വിണ്ണിലൂടെപ്പറക്കുന്ന
ചിറകുള്ള പിറാക്കളും

മണ്ണിലൂടെയരിക്കുന്ന
നട്ടെല്ലില്ലാപ്പുഴുക്കളും
കാട്ടിനുള്ളിൽത്തിമർക്കുന്ന
കുറുമ്പൻമദയാനയും

പൂഴിക്കുള്ളിൽപ്പരുങ്ങുന്ന
കുനുന്താം കുഴിയാനയും
എത്ര മോഹനമെന്നന്നാ-
ളറിഞ്ഞേൻ കാര്യമായി ഞാൻ.

ശപിച്ചേനെന്നെ ഞാൻ: കോരി-
ക്കുടിച്ചീലിത്ര കാലവും
എന്റെ കണ്ണാലെന്റെയാമീ
പ്രപഞ്ചം വേണ്ടമാതിരി.

ദുഃഖത്താലും സുഖത്താലും
കണ്ണീർതൂകും മനുഷ്യരെ,
ഞെട്ടിക്കരയവേ പൊട്ടി-
ച്ചിരിക്കുന്ന ശിശുക്കളെ,

ഇനി കാണില്ല ഞാൻ; കാണി-
ല്ലെന്നുടപ്പിറമാരെ ഞാൻ
ചിരിച്ചു കുഴയും മാറെൻ-
കണ്ണിൽക്കണ്ണാടിനോക്കവേ;

ഇമകൂടാതെനിന്നീടു-
മീറൻവറ്റാത്ത കൺകളാൽ
ഊഷ്മളദ്യുതി വീശും പെ-
റ്റമ്മയെക്കാണലില്ലിനി!

അടഞ്ഞുപോകയാണൊ,ന്ന-
ല്ലെന്റെയഞ്ചിന്ദ്രിയങ്ങളും;
അടിഞ്ഞുനിൽക്കയാണുള്ളി-
ലമാവാസി തമോവിഷം.

പ്രളയാംബുധി പാഞ്ഞേറി-
ത്തുടിപ്പൂ നാഡിമണ്ഡലം;
മസ്തിഷ്കകുഹരത്തിങ്കൽ-
ച്ചീറുന്നു ചണ്ഡവാതവും

നക്ഷത്രപര്യന്തമാമീ-
ജ്ജംഗമാജംഗമാവലി
ബഡവാഗ്നി തിളച്ചാളു-
മുപബോധത്തിൽ വീഴവേ

ഉപ്പിൻതരികൾപോൽ കത്തി-
പ്പൊട്ടിപ്പൊട്ടിത്തെറിപ്പിതോ?
അവയ്ക്കു നടുവിൽപ്പാവം
ലജ്ജിച്ചുംകൊണ്ടിരിപ്പു ഞാൻ,

തലതല്ലിക്കരഞ്ഞുഗ്രം
കോപിച്ചുംകൊണ്ടിരിപ്പു ഞാൻ,
വിദൂരതയിൽ നിന്നാരോ
ഗർജ്ജിച്ചീടുന്നു നിർദ്ദയൻ,

"കണ്ണില്ലാതായ കുണ്ടുണ്ണി
പിഴയ്ക്കും മേലിലെങ്ങനെ?"
മജ്ജതന്നുള്ളിൽനിന്നാരോ
ചിലച്ചീടുന്നു നിഷ്ഠുരൻ.

"ഗതികെട്ട കുടുംബത്തെ-
പ്പുലർത്തും മേലിലെങ്ങനെ?"
അതിഭീകരമാമേതോ
കരിങ്കൽച്ചുമരപ്പടി

ഇടിഞ്ഞുടഞ്ഞെൻമൂർദ്ധാവിൽ-
പ്പതിപ്പൂ വിറകൊൾവു ഞാൻ
വീണുപോയന്നു കോലായിൽ,-
ത്താണുച്ചിത്തിന്നുഷസ്സിൽ ഞാൻ!

സ്വപ്നത്തിൻ മധുരസ്തന്യം
പാനംചെയ്തു മയങ്ങി ഞാൻ.
അന്നാണ,രിപ്പറകഴി-
ഞ്ഞന്യരെല്ലാം പിരിഞ്ഞുപോയ്:

അപ്പോഴും കരളിൽത്തേങ്ങീ
കോമരത്തിൻചിലമ്പൊലി.
വാളിൻകിലുക്ക,മാത്മാവിൻ-
കിതപ്പാമട്ടഹാസവും,

മധുരാശീർവ്വചസ്സിന്റെ
ഭീഷണാവ്യക്തനാദവും,
"മരണപ്പായിൽനിന്നെന്നെ
വിളിക്കെപ്പൊഞ്ഞുവന്നു ഞാൻ.

പ്രത്യേകിച്ചും വേലചെയ്തു
പരിരക്ഷിച്ചിതുണ്ണിയെ.
ഇന്നു ഞാനിരുനാഴൂരി
കൈക്കൊണ്ടു; തൃപ്തിവന്നു മേ.

എന്നുണ്ണിയെ ക്കാത്തുകൊള്ളാ-
മെന്നെന്നും: ഇതുപോരെയോ?
അവന്റെ ചെകിടത്തൊന്നു
കൊടുക്കാൻ തോന്നിയെങ്കിലും

ഞാനനങ്ങീല,മ്മചൊല്ലീ,
"മതിയേ ജഗദീശ്വരി!"
കഴിഞ്ഞൊരാ രംഗമുള്ളി-
ലിരമ്പികൊണ്ടു നില്ക്കവേ

പുൽകിനാളമ്മ വ, "ന്നുണ്ണി,
വിധിയാണു, വെറുംവിധി!"
ഒരാളപ്പോൾ പിന്നിൽനിന്നു
വിങ്ങിപ്പൊട്ടുന്നു; ജാനുവോ,

ഓപ്പോളോ? അല്ല,തെൻ സ്വന്തം-
കണ്ഠത്തിൻ സ്വരമല്ലയോ?
കാല, മീപ്പാഞ്ഞുപോകുന്ന
ജാലം, നിന്നീല കേവലം

നരകം കത്തുമാത്മാവിൽ
സഹതാപം തുളിക്കുവാൻ!
കൂലിക്കാർ കന്നുപൂട്ടുന്നൂ
ഞങ്ങൾക്കുള്ള നിലങ്ങളിൽ,

വിളതാഴുന്നു പൊങ്ങുന്നി-
തൊപ്പം പാട്ടക്കുടിശ്ശിക.
ജന്മി കേസ്സുകൊടുത്തപ്പോ-
ളാമീൻ വിധിനടത്തവേ,

ശുഷ്കവൃക്ഷക്കീറിനെപ്പോൽ,
സ്സന്യസ്തമുനിയെന്നപോൽ
മകൻ മരിച്ചദുഃഖംപോ-
ലിരുന്നേനിറയത്തു ഞാൻ.

പിമ്പാണൊ,രിക്കൽ ഞാൻ ചർക്ക
തിരിച്ചുംകൊണ്ടിരിക്കവേ,
ഓപ്പോളും ജാനുവും കൂടി
ക്കുളിക്കാൻ പോയിരിക്കവേ

ആരാന്റെ വീട്ടിലെജ്ജോലി
കഴിഞ്ഞമ്മ തിരിക്കവേ,
കോലായിലേക്കേറിടും മു-
മ്പോതിനാളവരിങ്ങിനെ

"കുണ്ടുണ്ണിയ്ക്കിരുപത്തേഴു
തികഞ്ഞു പോയ തിങ്ങളിൽ,
ജാനുവിന്നിരുപത്തൊന്നായ്,-
ത്തങ്കമ്മുവിനു മുപ്പതും."

"അറിയാം" എന്നു ഞാൻ ചൊല്ലി;
തുടർന്നാളമ്മ പിന്നെയും,
"നിലംപോയെങ്കിലും തൊണ്ട
വരണ്ടിട്ടില്ലിതേവരെ.

കീറൽകൊണ്ടാകിലും നാണം
മറഞ്ഞിട്ടുണ്ടിതേവരെ.
റിടുവേലകളാലെന്റെ
തണ്ടെല്ലൊടിവിതെങ്കിലും.

തലതാഴാതെ നില്ക്കുന്നു-
ണ്ടിന്നും;സംതൃപ്തയാണുഞാൻ.
ചർക്കച്ചക്രം തിരിച്ചിട്ടെൻ-
മക്കൾതൻ കൈപ്പടങ്ങളിൽ

തഴമ്പായിട്ടുമുൾക്കാമ്പു
മൃദുവാണ;-ല്ലലില്ല മേ."
"അറിയാം" എന്നു ഞാൻ ചൊല്ലി;
തുടർന്നാളമ്മ പിന്നെയും:

"ശേഷിപ്പൂ വീണ്ടുമിങ്ങീയ-
ക്കുട്ടിപോലൊരു സങ്കടം."
"പറയൂ" എന്നു ഞാൻ ചൊല്ലി;
തുടർന്നാളമ്മപിന്നെയും:

"രണ്ടുപെൺമക്കൾക്കുമെത്തീ-
ലാണായിട്ടാരുമാരുമേ."
"ഞാനെന്തുചെയ്യും?" ചോദിച്ചേ;-
നമ്മചൊല്ലി സഗൽഗദം.

"നിനക്കും വേണ്ടയോ ദുഃഖം
പകുക്കാൻ പെണ്ണൊരുത്തിയെ?"
അപ്പോളെൻചുണ്ടനങ്ങീല
കണ്ഠത്തിൽ തങ്ങി നൊമ്പരം;

പെണ്ണൊരുങ്ങീടുമോ കണ്ണു-
പൊട്ടനെക്കൈവരിക്കുവാൻ?
കോലായിലേറിയെൻതോളിൽ
പഴക്കംവന്നകൈകളാൽ

കരൾത്തേനേ പുരട്ടിക്കൊ-
ണ്ടോതിനാളൊടുവിങ്ങനെ:
"അറിവേനമ്മ നീയുള്ളിൽ
നിനയ്ക്കും നിനവത്രയും;

രംഭമാരല്ലെടോ നാട്ടിൽ-
പെൺകിടാങ്ങൾ മുഴുക്കനെ."
അപ്പോളെന്നുള്ളിൽനിന്നേതോ
നെടുവീർപ്പൂറി മെല്ലവേ

വെട്ടിവീണ മരത്തിന്റെ
കുറ്റിയിൽ തളിർമാതിരി.
മദ്ധ്യവേനൽക്കാലമാകെ-
പ്പൂക്കളിൽ തേൻ മുഴുക്കവേ

അഴകുള്ളവരാമെന്റെ
പെങ്ങന്മാരിരുപേരെയും
വരിച്ചൂ രണ്ടു സമ്പന്ന-
രുദ്യോഗസ്ഥപ്രമാണികൾ;

അവർതൻപെങ്ങളോ, വന്നു
പാർപ്പായെൻകൊച്ചുവീട്ടിലും.
നൊണ്ടിയാണുകറുത്തീട്ടാ-
ണവൾ; എന്താകിലെന്തു മേ?

കണ്ടു'ചങ്കര' നിൽസ്സാധ്വി
കാമനോടൊത്തദേവനെ!
അവളിൽക്കൂടി ഞാൻ നേടി
പോയ്പോയ നയനങ്ങളെ;

അവളിൽക്കൂടി ഞാൻ കണ്ടു.
രൂപം, വർണ്ണം, പ്രകാശവും.
"ഞാനട്ടക്കരിപോലുള്ള
നൊണ്ടിപ്പെണ്ണാണു മൂപ്പരേ"

ചൊന്നാളൊരല്ലിലാപ്പൊള്ള-
മൂളമേൽത്തത്തിടും കിളി.
ഇരുളിന്നടിയിൽ പൂഴ്ന്ന
മുറ്റത്തെക്കാട്ടുപൊന്തയിൽ

മുതിരും കുയിലിൻനാദം
ചെവിപാർത്തൊന്നു നിന്നു ഞാൻ.
നാണിതൻമിഴിയിൽത്തന്നെ
നോക്കിപ്പിന്നെമൊഴിഞ്ഞുഞാൻ:

'നൊണ്ടിക്കറുമ്പിപ്പെണ്ണേ, നിൻ-
കണ്ഠമാധുരി കേൾക്കവേ.
സുഷുമ്നാനാഡിവരെ ഞാൻ
കോൾമയിർക്കൊൾവിതോമനേ!

കൽപ്പകപ്പൂന്തൊത്തുതരും
മൃദുലസ്പർശനങ്ങളെ,
നാസാപുളകമാം ഗന്ധ-
ങ്ങളെത്തേൻമധുരങ്ങളെ,

നിന്നിൽനിന്നേറ്റു ഞാൻ; അപ്പോ-
ളഴകിന്നഴകായി നീ;"
"കളവെ" ന്നവളെൻകുറ്റി-
ത്താടിമീശതലോടവേ

കരയുംപോൽചിരിച്ചുംകൊ-
ണ്ടവളെപ്പുണ്ടുപോയി ഞാൻ:
“കറുത്തനൊണ്ടിപ്പെണ്ണേ, നീ-
യപ്സരഃകാമ്യയല്ലയോ?

കണ്ണുപൊട്ടന്നു ദൈവത്താൽ-
ക്കൈവന്ന നിധിയല്ലയോ?”
മുപ്പതാണ്ടെങ്ങളെപ്പിന്നീ-
ടുരുമ്മിപ്പോയശേഷവും

കരയുംപോൽചിരിച്ചുംകൊ-
ണ്ടവളെപ്പുണ്ടുനിൽപ്പുഞാൻ.
സ്നേഹരൂപിണിയാം പാതി-
മെയ്യിൻസൗഭാഗ്യപൂർത്തിയാൽ

മികച്ചശമ്പളംപറ്റും
നാലുപേർക്കച്ഛനായ ഞാൻ
അമ്പത്തേഴുപിറന്നാളു-
ണ്ടതിൽപ്പിമ്പിന്നുരാവിലെ

അമ്മയ്ക്കുവഴിപോൽ ശ്ലേഷ-
ക്രിയ ചെയ്തെഴുനേൽക്കവേ
നിശ്ചലം നിന്നുപോകുന്നി-
തകാരണമകാരണം

അന്ധമെങ്കിലുമെൻകണ്ണി-
ലൂറുന്നുണ്ടശ്രുവിന്നുമേ.
ഉദകക്രിയതീരേണ്ടൂ
ചുടുകണ്ണീരൊഴുക്കിലോ?

അഥവാ ഭൂവിലെന്തുള്ളു
വേറെയത്രയ്ക്കമൂല്യമായ്? ■

കറുപ്പൻ

അന്നത്തെ വേല കഴിഞ്ഞൊരു ബീഡിയും
മിന്നിച്ചു, കീശയിൽ കൂലിപ്പണവുമായ്,

തോളത്തു തൂമ്പയും ഹൃത്തിലൊരേകാന്ത-
ഗീതവുമേന്തി,പ്പരിമൃദുപാദനായ്,

പത്തുവർഷം മുമ്പുതാനൊരു നാളിലി-
ച്ചെത്തിലൂടെത്തളർന്നാഗതനാകവേ

വാരന്തിപോലെത്തുടുപ്പുറ്റ വെറ്റില-
ച്ചാറിൽക്കുഴച്ച മധുരഹാസത്തൊടെ

കപ്പവിറ്റീടിന കാതരാപാംഗിയെ
കണ്ടൂ കറുപ്പനിച്ചാളതൻ തിണ്ണമേൽ.

2

കീറിയതാകിലും വക്കിൽക്കരയുള്ള
പാവുതട്ടംചേർന്ന കാർകുഴൽക്കറ്റയും,

ഒറ്റച്ചുളിവുമില്ലാതെ ശരീരത്തി-
ലൊട്ടിക്കിടക്കും മുഷിഞ്ഞകുപ്പായവും,

വാരുറ്റ നാലഞ്ചു വെള്ളിയേലസ്സുകൾ
ചേരും തുടുത്ത ചരടിൻ മുറുകലാൽ

എറ്റിയാൽ പൊട്ടുമാറോമലാൾതന്നര-
ക്കെട്ടിലെക്കാച്ചിത്തുണിക്കും മുകളിലായ്

ഉന്തിത്തുറിക്കുമരുവയറിന്നെഴും
ചന്തവും നോക്കിത്തരിച്ചുനിന്നീടിനാൻ.

3

കീശയിൽ നിന്നൊരു വാരലിൽക്കിട്ടിയ
കാശും കൊടുത്തവൻ സംഭ്രമത്തള്ളലാൽ

"ഇത്തിരി കപ്പയെടുത്താട്ടെ, വല്ലാതെ
കത്തുന്നു പള്ള"യെന്നോതുവാനുന്നവേ

നെഞ്ചമെന്നായ്പ്പോയവസാനവാക്കൊ,രു
പുഞ്ചിരി പൊട്ടിക്കുലുങ്ങിനാളോമലാൾ

കൈത്തണ്ടയിന്മേൽ ചിരിച്ചുകൂത്താടുന്ന
കുപ്പിവളകളും കണ്ടവൻ നില്ക്കവേ

വാരിക്കൊടുത്താൾ തകരത്തുലാസ്സുണ്ടു
ചാരെയെന്നോർക്കാതവളാക്കിഴങ്ങുകൾ.

4

മണ്ണും തൊലിയും കളഞ്ഞിട്ടവൾ നിജ-
വർണ്ണമാം മഞ്ഞളുമുപ്പും കലർത്തിയും

വേവിച്ചുമത്രമേൽ സ്വാദുള്ളതാക്കിയ
തൂവെണ്ണപോലുള്ള പൂളക്കിഴങ്ങുകൾ

വായിൽപ്പെരുകുമുമിനീരിലിട്ടര-
ച്ചാ യുവകാമുകനാസ്വദിച്ചീടവേ,

അസ്താഭ ചിന്നിത്തടംതകർത്താർത്തുപോ-
മാറ്റിൻകരവഴിക്കന്നുമടങ്ങവേ,

ഉന്നിദ്രമാം നുരക്കുത്തോടെ വെമ്പുന്ന
തന്നമേയാഹ്ലാദമോർത്തുകണ്ടാനവൻ.

5

അന്നേ തെളിഞ്ഞു കറുപ്പന്റെ ചേതസ്സി-
ലന്യൂനമായ വെളിച്ചമൊന്നീവിധം;

കപ്പയിലല്ലോ മയങ്ങിക്കിടക്കുന്നു
നിഷ്ഫലമാവാത്ത ഭാഗധേയോൽക്കരം.

കഞ്ഞിവെപ്പാനരിയില്ലാത്ത നാൾകളിൽ
കപ്പയേ വേണ്ടൂ സുഭിക്ഷമായ്ത്തീരുവാൻ.

കപ്പയെപ്പോലെ രസികനായൊന്നുമി-
ല്ലുപ്പിട്ടുവെച്ചിലത്തുമ്പിൽ വിളമ്പുവാൻ.

കാപ്പിക്കു കൂടെ കഴിക്കുവാനാകിലോ
കപ്പയേക്കാളുമുപരിയില്ലൊന്നുമേ.

6

അല്പാല്പമായി വിടരുന്നു മാനത്തെ
അമ്പിളിക്കീറിനോടൊപ്പമാ ചിന്തയിൽ

കുന്നിൻചെരുവിലെ പുൽക്കൂടിലുമ്മറ-
ത്തിണ്ണയിൽ കത്തുന്ന മണ്ണെണ്ണനാളവും

മുറ്റത്തൊരു തെങ്ങൊ, രേക്കറിൽക്കൂടുതൽ
വിസ്താരമുള്ള പരുക്കനാം ഭൂമിയും

ചെമ്മൺചുമരിലമർന്നിരുന്നിപ്പൊഴു-
മമ്മ മൊഴിയും പുരാസുഖസ്വപ്നവും

വേലചെയ്തിട്ടും ചുരുളു നിവരാത്ത
നാലുവയറിന്നു നാഥയാം പെങ്ങളും.

7

താനൊരാളൊന്നിനും കൊള്ളാത്ത മണ്ഡൂക-
നാണെന്നു തോന്നീ കറുപ്പനാ മാത്രയിൽ.

അല്ലെങ്കിലിത്രയും കാലം നിറയാത്ത
പള്ളയിൽ മുണ്ടും മുറുക്കി നടക്കുമോ?

തെണ്ടണം, യാചിച്ചു നിൽക്കണം, ആരാന്റെ
തെങ്ങും കവുങ്ങും കടതുറന്നീടണം.

ഉച്ചയ്ക്കുണങ്ങിയ പുട്ടാണു ഭക്ഷണം
പച്ചവെള്ളം ചവച്ചീടുന്ന ചായയും;

കൂലികിട്ടുന്നു കടലാസ്സുതുണ്ടുകൾ,
റേഷനോ കല്ലുമുമി കുറുഞ്ചോത്തനും.

8

ആ നീലമേഘസദൃശവിചാരങ്ങ-
ളാത്മാന്തരീക്ഷത്തെ മൂടുകയാലവൻ

രാവുറങ്ങീലന്നി, ടയ്ക്കിടയ്ക്കുൾകണ്ണി-
ലാവിർഭവിച്ചൂ ചിരിച്ചിടുമുമ്മയും.

പിറ്റേന്നു പെയ്ത പേമാരിയാ വീട്ടിന്നു
ചുറ്റും വിതച്ചു വെറും ജലത്തുള്ളിയോ?

അല്ലാ, 'കിലുംകിലു'മെന്നു ചിരിക്കുന്ന
വെള്ളിയുറുപ്പികതാനവയൊക്കെയും!

പച്ചക്കിനാവാൽപ്പുളച്ചുവല്ലോ തൊടി
കൈക്കോട്ടുതിർത്ത നഖക്ഷതരാജിയാൽ.

9

പത്തുവർഷത്തിന്നുശേഷമിന്നേകനായ്-
ച്ചെത്തിലൂടെ, ത്തളർന്നാഗതനാകവേ.

ഓർത്തുപോകുന്നു കറുപ്പൻ: നിജഗൃഹ-
മോടിട്ടുവെള്ളയടിച്ചതാണെങ്കിലും,

പത്തിജ്ജയിച്ച മരുമകൻ ശങ്കര-
ന്നുദ്യോഗമുണ്ടു നഗരത്തിലെങ്കിലും

മറ്റുള്ളവർക്കു പഠിപ്പിനും മാന്യമാം
നിത്യവൃത്തിക്കും ഞെരുക്കമില്ലെങ്കിലും

അയ്യോ, വെറും മരുഭൂമിയല്ലോ തന-
തന്തരാത്മാവിന്നനുഭൂതി മണ്ഡലം.

10

വീട്ടിലെത്തിപ്പനിപെട്ടൊരു പായയിൽ
വീഴുന്നു പാതിക്കഷണ്ടിയാമത്തല.

പ്രജ്ഞതന്നർദ്ധനിമീലിതാവസ്ഥയിൽ
പ്രസ്തരിക്കുന്നു പഴയൊരു സംഭവം:

കുപ്പിവളതൻ കിലുങ്ങലും താമര-
പ്പൊൽപ്പൂംകവിളിന്റെ മിന്നലാട്ടങ്ങളും.

എന്താക്കുമാരിതൻ നാമധേയം? പോയ-
തെങ്ങവൾ? ഓർത്തുകരഞ്ഞുവാ സുന്ദരി?...

അന്നു കണ്ണീരിൽക്കുതിർന്നു തലയിണ;
പിന്നത്തെ രാവിലനാഥമായാഗൃഹം. ■

വേനൽക്കുളിര്

ആലിൻചുവട്ടിൽ കുളിർത്ത കാറ്റും
അന്ധകൂപത്തിൽ തെളിഞ്ഞ നീരും

സംഭരിക്കുന്ന സമാശ്വാസമല്ലല്ലീ
സർവ്വാഭിശപ്തമാം വേനലേ, നീ?

മാരിക്കാർ ചിന്നിപ്പരക്കലില്ലാ,
മഞ്ഞിന്റെ മൂടിപ്പിടിക്കലില്ല;

മുണ്ടകപ്പാടത്തു കൊയ്ത്തു കഴിഞ്ഞപോ-
ലുണ്ടേ വിശാലമീയന്തരീക്ഷം.

അന്തി കരുപ്പിടിച്ചപ്പൊഴെയ്ക്കും
ചിന്തിക്കഴിഞ്ഞല്ലോ വിണ്ണിൽ നീളെ

ഇന്നലെക്കൊയ്ത പുന്നെല്ലിന്നുതിർമണി-
യെന്നപോലായിരം താരകങ്ങൾ.

ഓടിപ്പുളച്ചു കളിച്ചിരുന്ന
തോടിന്റെ കാര്യം പരുങ്ങലായി:

പാടേ മെലിഞ്ഞുപോയ്; എന്നാലും തജ്ജീവൻ
പാടുന്നുണ്ടിപ്പൊഴും തേങ്ങൽപോലെ.

അങ്ങേതിൻ പൈക്കൾ സമാശ്വസിപ്പൂ:
"ഞങ്ങൾക്കഖിലം കറവുവറ്റീ,"

"ഇങ്ങേതിൽക്കന്നുകൾ: "തണ്ടെല്ലൊടിഞ്ഞവർ
ഞങ്ങളല്പം മുതു ചായ്ച്ചിടട്ടെ."

കാവിലെക്കല്ലുവിളക്കുതോറും
ജീവന്റെ നാളം കിളർന്നുവന്നു;

കൺറം തുറന്നൂ പറയക്കുടിലിലെ-
ച്ചെണ്ടക, ളീറ്റക്കുഴലുകളും.

പായ കക്ഷത്തിൽ ചുരുട്ടിവെച്ചു
പാനീസു കത്തിച്ചിറങ്ങിയാലും!

ആടിക്കഴിഞ്ഞൂ കഥകളിക്കൊട്ടിലിൽ-
ത്തോടയം; ഇപ്പോൾ കുചേലവൃത്തം.

വെയ്‌ലും വിയർപ്പുമാണെങ്കിൽക്കൂടി
വേനലേ, നീ വന്ന ശേഷമല്ലോ

നീളേ വിടർന്നതുറങ്ങാത്ത രാവിന്റെ
നിലാരവിന്ദപരിമളങ്ങൾ! ■

കക്കാടേ, നമസ്കാരം

"അക്ഷയാനന്ദാമൃതരശ്മിയെയമ്പത്തിയൊ-
ന്നക്ഷരങ്ങളിൽ സംഭരിച്ചവൻ വിളിക്കുന്നു,
അക്ഷയപ്രബോധോദയാർക്കനെയമ്പത്തിയൊ-
ന്നക്ഷരങ്ങളിൽ ശേഖരിച്ചവൻ വിളിക്കുന്നു!"
ആരിതെ,ൻ ചിരന്തനസുഹൃത്താം കക്കാടിൻ ശാ-
രീരസൗഷ്ഠവമല്ലോ വീണ്ടും ഞാൻ ചെവിക്കൊൾവൂ
ഫോണിന്റെ റിസീവറിൽക്കൂടിയീ നിബിഡാന്ധ-
കാരത്തിൽ! ഇതാ, വീണ്ടും കക്കാടിൻ സുഗ്രീവാജ്ഞ:
''പുലരും മുമ്പേ പിടഞ്ഞെഴുന്നേൽക്കണം, നാളെ
കുളിച്ചു കുറിയിട്ടു ധൃതിയിൽ ബസ്സിൽത്തൂങ്ങി
എത്തണം താനിത്തുഞ്ചൻമഠത്തിൽത്തൂങ്ങും ക്ലോക്കു
പത്തടിച്ചീടും മുമ്പേ!" നടുങ്ങീടുകയോ ഞാൻ?
മരിച്ചു കക്കാടെന്ന ബോധമെന്തൊരു മൗഢ്യം:
ചിരിക്കുന്നുണ്ടോ വിജയോത്ഥമെന്നഹങ്കാരം?
ഒരു പട്ടുനൂൽപ്പുഴു പെട്ടന്നെന്നാത്മാവിനെ-
ക്കിറുങ്ങിപ്പെടുത്തിയോ? കോൾമയിർക്കുളിരിന്മേൽ
ചിറകു വിരുത്തും പൂമ്പാറ്റയോ? ബലേ, ചിറ-
കരികിൽ കക്കാടിതാ, സൗവർണ്ണലിപികളിൽ!
"എടോ,താനുറങ്ങിയോ? പാതിരയ്ക്കോ ഈ നാട്ടി-
ലുറക്കം? ജാത്യം, ജാത്യം!" പന്തിരണ്ടാണ്ടിൻ മുമ്പേ
പെട്ടെന്നെൻ നാടൻ പൂമുഖത്തിന്റെ കവാടത്തിൽ
മുട്ടിയ കക്കാടിനെ വീണ്ടും ഞാൻ ചെവിക്കൊൾവൂ!
"മരിച്ചിട്ടില്ലേ താൻ?" ഞാൻ ചോദിച്ചുപോയീ; പൊട്ടി-
ച്ചിരിക്കും കക്കാടോതീ വെടിയുണ്ടയെപ്പോലെ:
"മരിച്ചിട്ടില്ലാ; പാഞ്ചഭൗതികശരീരത്തെ-
ക്കരിച്ചു കളയാനേ മർത്ത്യർക്കു സാധിച്ചുള്ളു.
ഇസ്സനാതനബ്രഹ്മപ്രകൃതിക്കകത്തു ഞാ-
നിപ്പോഴും ജീവിക്കുന്നു; താൻ പക്ഷേ, വികൃതിയിൽ!"

ഞാനെത്ര മോശക്കാരനെന്നൊരു നിമിഷത്തെ
ഗ്ലാനി; ഞാൻ വേർക്കുന്നുണ്ടോ? സംശയം; അപ്പോഴേക്കും
കേൾക്കുന്നു നിസ്സന്ദേഹമക്കണ്ഠഘണ്ടാഘോഷം;
ക്ലോക്കുടൻ മണി രണ്ടെന്നറിയിക്കയും ചെയ്വൂ.
എന്നിട്ടും നിദ്രാണമെൻ ബുദ്ധിയിൽ ശങ്കാവിഷം:
"എടോ, ഞാനവിടനല്ലൂരിൽ വന്നതും പൊള്ളോ?
അങ്ങതൻ ജഡം ചിതയിങ്കലേക്കെടുത്തപ്പോൾ
അരുമസ്യാലൻ നീലകണ്ഠന്റെ ചെവിയിൽ ഞാൻ
അത്രമേൽ സുവിനീതമെന്നിച്ഛ പകർന്നതും
മിഥ്യയോ? നോക്കിക്കൊണ്ടേ നിന്നൊരെൻ മിഴി രണ്ടും
തലക്കാവേരിക്കൊപ്പം നിറഞ്ഞു വഴിഞ്ഞതും.
തഥ്യയല്ലെന്നോ?" കേൾപ്പേനദൃശ്യസ്വരം വീണ്ടും:
"മിഥ്യയെന്നികഴ്ത്തേണ്ടതില്ല മായയെ; പ്പക്ഷേ,
തഥ്യ ഞാനിപ്പോളനുഭവിക്കുമമൃതം മാത്രം!
പറഞ്ഞതെന്തേ നീലകണ്ഠനോടു താനെന്നു-
മറിഞ്ഞേൻ: കർപ്പൂരവും ഘൃതചന്ദനങ്ങളും
ഹോമിക്കാൻ കഴിഞ്ഞെങ്കിലെന്നല്ലി? സ്വധർമ്മൈക-
പ്രേമിയദ്ദേഹം കൃതകൃത്യനുമായാനല്ലോ!
എന്തുകൊണ്ടാ നിർദ്ദേശം കൊടുത്തൂ താനെന്നും ഞാൻ
ചിന്തിക്കാതെയില്ലെ,ത്ര മറക്കാൻ ശ്രമിച്ചിട്ടും
പണ്ടു താനെഴുതിയ വരിയിപ്പൊഴുമെന്റെ
ചുണ്ടത്തു പറ്റിപ്പിടിച്ചിരിപ്പൂ ചൂളംപോലെ!
'ഘൃത ചന്ദന കർപ്പൂരങ്ങൾ തൻ സംഗത്താലു-
ദ്ധൃതജിഹ്വമാം ജാതവേദസ്സിൽ'ദ്ദഹിക്കട്ടെ
ദഹിക്കേണ്ടവയെന്നു താനെണ്ണി; ജവാഹറിൽ
ജ്വലിച്ച ജീവസ്നേഹമെന്നിലും താനീക്ഷിച്ചു.
അതുകൊണ്ടുതാനല്ലോ ഞാനിപ്പോളിരുൾ കീറി-
യവതീർണനായ് പ്രതിശ്രുതനായതും, തന്നോ-
ടൊരൊറ്റക്കാര്യം കാതിൽപ്പറയുന്നതും: തുഞ്ചൻ-
പറമ്പിൽച്ചെല്ലൂ, വിദ്യ വീണ്ടുമിന്നാരംഭിക്കൂ!"
മെല്ലെ ഞാനിമ വെട്ടിവിടർത്തി: ജനവാതിൽ-
വിള്ളലിലൂടെപ്പൂർവചക്രവാളത്തിൻ മീതെ
ഉജ്ജ്വലിക്കുന്നു ശുക്രൻ; എഴുന്നേറ്റോടിച്ചെന്നി-
ട്ടുച്ചത്തിലാക്രോശിപ്പേൻ: 'കക്കാടേ, നമസ്കാരം!' ■

മനുഷ്യസന്നിധിയിൽ

പല പുരുഷാന്തരമൂട്ടിയ
തീരാപ്പകതൻ കൊലച്ചതിക്കൂർപ്പാൽ
പൊട്ടിപ്പിളരും സ്മൃതിത-
ന്നഗ്നിദ്രവണസ്രവന്തി ഞാൻ ചൊൽവേൻ

പല പുരുഷാന്തരമരുളിയ
കാരുണ്യജ്ഞാനദിവ്യഗർഭത്തിൽ
അനവരതം വികസിപ്പോ-
രാനന്ദത്തിന്റെ ബിന്ദു ഞാൻ ചൊൽവേൻ.

മതമെന്താകിലുമാട്ടേ,
മനുജാത്മാവേ, കരഞ്ഞിരക്കുന്നേൻ:
നിരുപാധികമാം സ്നേഹം
നിന്നിൽപ്പൊട്ടിക്കിളർന്നു പൊന്തട്ടെ!

തലമുടി,യിഷ്ടംപോലെ-
ക്കെട്ടിച്ചായ്ച്ചും ചരിച്ചുമിട്ടോളൂ;
അഥവാ, വെട്ടിയൊതുക്കി-
പ്പരിമളതൈലം പുരട്ടിവെച്ചോളൂ;

അങ്ങനെയൊന്നും ചെയ്യാ-
നല്ലാ താങ്കൾക്കു മോഹമെന്നാകിൽ,
മോഹംപോലെ തലമുടി
മുച്ചൂടായിച്ചിരച്ചുവിട്ടോളൂ.

തലയിൽക്കെട്ടും കൊള്ളാം
തലയിൽക്കെട്ടിന്നു വാഞ്ഛയുണ്ടെങ്കിൽ
തൊപ്പി ധരിക്കണമെങ്കിൽ
തൊപ്പി ധരിച്ചാലുമിഷ്ടവർണ്ണത്തിൽ.

ഇട്ടോളൂ ഭസ്മക്കുറി,
തൊട്ടോളൂ ഗോപി, ചന്ദനക്കുറിയും;
അണിഞ്ഞുകൊള്ളൂ മാറിൽ
പൂണൂലോ കൊന്തയോ ഹിതംപോലെ.

കുത്തിക്കൊള്ളൂ തട്ട-
ക്കാതുകൾ നീ, വേണമെങ്കിൽ മേൽക്കാതും;
കുത്തണമെന്നില്ലെങ്കിൽ
കുത്തുകയേ വേണ്ട രണ്ടുമാമരണം.

തട്ടം തലയിലിടാനും
മലമൽത്തുണി വിശറിവെച്ചുടുക്കാനും
ഉണ്ടല്ലോ സ്വാതന്ത്ര്യം
താലി കഴുത്തിൽദ്ധരിച്ചുകൊൾവാനും.

കുപ്പായത്തിൽ പല കൊടി
കുത്താനും കുത്തിടാതെ നിൽക്കാനും
ഉണ്ടു നിനക്കധികാരം
പൊരിവെയിലിൽ കൊടിപിടിച്ചു ലാത്താനും.

മതമെന്താകിലുമാട്ടേ,
മനുജാത്മാവേ, കരഞ്ഞിരക്കുന്നേൻ:
നിരുപാധികമാം സ്നേഹം
നിന്നിൽപ്പൊട്ടിക്കിളർന്നുപൊന്തട്ടെ!

***

പറയാമെന്നല്ലാതെ,
പരനാലെന്തുള്ളു ശക്യമിപ്പാരിൽ?
ചെത്തിക്കോരണമല്ലോ
ജന്തു തനിക്കുള്ള രഥ്യ തൻ കയ്യാൽ!

സ്നേഹമുറന്നേടത്തെ
ദ്വേഷത്തീ കെട്ട കാഴ്ച ഞാൻ കണ്ടു;
അവിടെപ്പൂത്തു പെട്ടെ-
ന്നായിരമിതളുള്ള കേവലാനന്ദം.

ഏതിനുവേണ്ടിജ്ജീവൻ
ദാഹിച്ചീടുന്നു നിദ്രയിൽക്കൂടി
ഏതിന്നാരാധനയായ്-
ത്തീരുന്നു തൻ ചതുഷ്ടയംകൂടി,

ഏതൊന്നിനുതുല്യം പരി-
പാവനമാ, യശ്രുസൂര്യനല്ലാതെ
ഇല്ലൊന്നും ബ്രഹ്മാണ്ഡ-
പ്പൊടിതൻ പ്രജ്ഞാപ്രപഞ്ചകുഹരത്തിൽ,

അതിനെ-പ്പരമാനന്ദ-
ത്തിനെ-യാനാസം നുകർന്നു നീയെങ്കിൽ
കാണപ്പെട്ടൊരു ദൈവത-
മായി നീയന്നുതൊട്ടു സർവ്വർക്കും.

അത്രയ്ക്കൊന്നും വളരാ-
നായില്ലെന്നാലുമില്ല ദുഃഖിക്കാൻ,
സ്നേഹത്തിനു വരമ്പിൽ-
ത്തന്നെ ലഭിക്കുന്നു നിദ്ര നിർബാധം.

മതമെന്താകിലുമാട്ടേ,
മനുജാത്മാവേ, കരഞ്ഞിരക്കുന്നേൻ:
നിരുപാധികമാം സ്നേഹം
നിന്നിൽപ്പൊട്ടിക്കിളർന്നു പൊന്തട്ടെ! ■

ഗായകനും ഗായകനും

ദൂരത്തൊരു നിഴൽ കാൺകയാൽ നിൻ കവിൾ
ചോരയ്ക്കാനെന്തിത്ര വേഗം;
വില്ലുകൾപോലെക്കുലഞ്ഞുവല്ലോ ഞൊടി-
ക്കുള്ളിൽ പുരികങ്ങൾ രണ്ടും?

അന്നമോ പേയമോ യാചിക്കാൻ വന്നവ-
നല്ല ഞാൻ ദിവ്യഗാതാവേ,
പാതയിലൂടെക്കടന്നുപോകെബ്ഭവദ്-
ഗീതം ശ്രവിച്ചു ഞാൻ വന്നു!

പണ്ടേമുതൽക്കൊരു കൗതുമുണ്ടു മേ
പാടുന്നവരുടെ പേരിൽ;
പാടുന്ന ശീലവുമുണ്ടാ,സ്വദിക്കുവാൻ
കാതുള്ളവരുടെ മുമ്പിൽ.

സ്നേഹങ്ങൾ തമ്മിൽപ്പകർന്നു രണ്ടാത്മീയ-
ദാഹവുമൽപ്പമൊന്നാറ്റാൻ,
പ്രീതിയും നീതിയും നീട്ടിവിടർത്തിയ
ചോദനയായി ഞാൻ വന്നു

***

എന്നിലെ,സ്സത്യം മൊഴിഞ്ഞു ഞാൻ, എന്നിട്ടു-
മെന്തിനിസ്സംശയദൃഷ്ടി?
വെട്ടിപ്പിടിച്ചേയ്ക്കുമീയാളെൻ സാമ്രാജ്യ-
പട്ടമെന്നോ ഭവദ്ഭീതി?

മറ്റൊരാളെക്കല്ലെറിയുകയില്ല ഞാൻ,
മറ്റൊരാളെന്നെയുമില്ല.
അല്പജ്ഞതകൊണ്ടെറിഞ്ഞതെൻ മൂർദ്ധാവിൽ
പുഷ്പങ്ങളായ് വന്നു വീഴും.

ഇന്നത്തെ ഗന്ധർവ്വഗായകനാണു നീ
എന്നതിൽ സംശയമില്ല!
ഭാവനയുള്ളവനൂഹിച്ചറിയുന്നു
ഭാവിയെന്നാണെന്റെ വാദം.

***

മാമകാത്മാവിലെക്കണ്ണീർക്കണത്തെ നീ
മാനിപ്പീലിപ്പോഴുമെന്നോ?
എന്നാൽ തിരിച്ചു ഞാൻ പോകയാണിങ്ങോട്ടു
വന്നൊരാ ദ്വാരത്തിലൂടെ.

എന്നിലെസ്സൗഭാഗ്യബിന്ദുവെപ്പൂജിക്കൽ
നിന്നാലസാധ്യമാണെങ്കിൽ
പൂജിച്ചിടുന്നു നീ നിന്നിലെസ്സൗഭാഗ്യ-
പൂരത്തെയല്ലാ സുഹൃത്തേ!

വിശ്വസിക്കുന്നു ഞാനിപ്പൊഴും: ത്വദ്ഗീതി
വിശ്വൈകമോഹനംതന്നെ.
കാൺമീല തന്നിലിരിക്കും പുഴുവിനെ
കല്ഹാരമെന്നതേ കഷ്ടം!

"പാതയിലേക്കുള്ള വാതിലടയ്ക്കാതെ
പാടിയതാണെന്നബദ്ധം,"
എന്നവസാനം ചിരിക്കയാണല്ലി നീ?
നന്നായി, ഞാൻ ചരിതാർത്ഥൻ! ■

ആമ

കട്ടിയേറിയ ലജ്ജാഭാരത്തിൻ കീഴിൽ കഷ്ട-
പ്പെട്ടു ഞാൻ സ്വധർമ്മത്തിലിഴവൂ പ്രാഞ്ചി പ്രാഞ്ചി.

ആളുകൾ ചോദിക്കുന്നു, 'കാരാമേ, കുതറാനു-
മാവതില്ലല്ലി? അനുകമ്പാർഹമേ നിൻ ജന്മം!'

പിഴവില്ലതിൽ; പക്ഷേ തുച്ഛമെന്നസ്തിത്വത്തെ
മഴകൊള്ളാതെ, കൊടുങ്കാറ്റുകൾ കടക്കാതെ,

തീവെയിലേൽക്കാതെയും സംരക്ഷിപ്പതിക്കട്ടി-
യേറിയ ജന്മാന്തരസുകൃതത്തോടല്ലല്ലി?

ചാടാനും തിമർക്കാനും വയ്യെനിക്കതിവേഗ-
മോടാനും തലകുത്തി നില്ക്കാനും മറിയാനും.

എത്തുന്നു സങ്കേതത്തിലെന്നും ഞാൻ വൈകിത്തന്നെ;
എന്നിട്ടും കവചത്തിൽ കൂറു ഞാൻ പുലർത്തുന്നു.

ഇതിനുള്ളിൽ ഞാൻ ചൂളിപ്പിടിച്ചാൽ ചുളുങ്ങുന്നു-
ണ്ടിടിവാളുകൾപോലും, വീശുന്നതാരായാലും! ■

കരതലാമലകം

ഈ യുഗത്തിന്റെ പൊട്ടിക്കരച്ചിലെൻ-
വായിൽനിന്നു നീ കേട്ടുവെന്നോ, സഖി?

ഈ യുഗത്തിന്റെ വൈരൂപ്യദാരുണ-
ച്ഛായയെൻ കണ്ണിൽ കണ്ടുവെന്നോ, സഖി?

ഈ യുഗത്തിന്റെ ദുർഗന്ധമെൻ ശ്വാസ-
വായുവിങ്കൽനിന്നുൾക്കൊണ്ടു നീയെന്നോ?

ഈ യുഗത്തിന്റെ ഞെട്ടിത്തെറിക്കലെൻ-
സ്നായുവിൽനിന്നു നിൻ നെഞ്ചറിഞ്ഞെന്നോ?

നീയഹോ രുചിച്ചാളെന്റെ ചുണ്ടിൽനി-
ന്നീ യുഗത്തിന്റെ കൈപ്പുമെന്നോ, സഖീ?

***

എങ്കിൽ ഞാനാബ്ഭയങ്കരയാഥാർത്ഥ്യ-
മെന്തിനിന്നിയും മിണ്ടാതിരിക്കുന്നു?

ഹന്ത, “ഗൃഭ്ണാമിതേ സൗഭഗത്വായ
ഹസ്ത”മെന്നു ഞാൻ പണ്ടു ജപിച്ചപ്പോൾ

നിന്റെ കയ്യെന്റെ കയ്യാൽ ഗ്രഹിച്ചപ്പോ-
ളെന്റെ ദേഹം വിയർത്തുപോയോമനേ!

പൂവുപോലെപ്പരിശുദ്ധമായ നിൻ-
ജീവിതത്തിൻമൃദുലദലങ്ങളിൽ

ഞാനറിയാതെയെൻ ചളിക്കൈനഖ-
പ്രീണനംകൊണ്ടു വാറിക്കളഞ്ഞാലോ!

***

ആ വിയർപ്പിന്റെ തുള്ളിയുണ്ടിന്നുമെ-
ന്നാത്മശക്തിതൻ മുത്തുക്കിരീടമായ്

ഉജ്ജ്വലപ്രഭ തൂകിത്തിളങ്ങുന്നി-
തുഗ്രമാമെന്നബോധാന്ധകാരത്തിൽ.

ഈയനുഗ്രഹമില്ലായിരുന്നെങ്കി-
ലീഷലെന്നിയേ ചൊല്ലേണ്ടിവന്നേനേ:

പണ്ടു 'ഗൃഭ്ണാമി' ചൊല്ലി നിൻ കൈമലർ-
ച്ചെണ്ടു കയ്യിലുടക്കിയ പൂരുഷൻ,

ഏതമൂല്യസ്യമന്തകരത്നവു-
മേതപൂർവ്വസൗഗന്ധികപുഷ്പവും

നേടുമെന്നു പെരുമ്പറ താക്കുന്ന
മുഢതയാൽ കവചിതപ്രത്യയൻ,

നൂറുവട്ടം ദഹിച്ചുകഴിഞ്ഞതിൻ-
ചാരമാണിന്നു നിൻ മുന്നിൽ നിൽപ്പവൻ.

***

അന്നു പാടിയ പാട്ടുകൾ പാടുവാ-
നന്നു ചൊല്ലിയ നർമ്മങ്ങൾ ചൊല്ലുവാൻ

അന്നു തൂകിയ പുഞ്ചിരിതൂകാനു-
മിന്നെനിക്കു പടുത്വമില്ലോമനേ!

ഇന്നു കണ്ണീരിൽ നിഷ്പന്ദവൃത്തിയാം
കണ്ണുകൊണ്ടറിയുന്നു ഞാൻ സുസ്പഷ്ടം

എന്റെ കയ്യിലിരിക്കുന്ന നെല്ലിക്ക-
യെന്നപോലീ പ്രപഞ്ചം മുഴുവനും.

ഇച്ചെറുഫലം കുത്തിച്ചതയ്ക്കാനോ
ഇച്ചെറുഫലം വെട്ടിപ്പൊളിക്കാനോ

ഇല്ലെനിക്കു കരുത്തീ ഫലത്തിന്മേൽ
പല്ലുകൊണ്ടൊന്നു പോറുവാൻപോലുമേ.

***

നേരുതാ, നൊറ്റക്കാലടിവെപ്പിൽ ഞാൻ
പാരിതൊട്ടുക്കളന്നിട്ടുമുണ്ടാവാം,

ആഴിയൊട്ടുക്കൊരൊറ്റക്കുടന്നയി-
ലാക്കി ഞാനാചമിച്ചിട്ടുമുണ്ടാവാം.

എങ്കിലും സഖി, രാത്രികളില്ലാത്ത
ചെങ്കനലു ചൊരിയും മിഹിരനിൽ,

രിക്തവാതമാമിബ്ബഹിരാകാശ-
വിപ്രവാസദുഃഖത്തിൽ, വെന്തെൻ ജഡം

എത്രമാത്രം വിലക്ഷണമായിട്ടു-
ണ്ടെന്നറിയുന്നൂ ഞാൻ മാത്രമോമനേ!

***

ചാരമാമെന്നെ കർമ്മകാണ്ഡങ്ങളിൽ
ധീരനാക്കുന്നതെന്തൊക്കെയാണെന്നോ?

നിന്റെ രൂപവും വർണ്ണവും നാദവും
നിന്റെ പൂഞ്ചായൽ തൂകും സുഗന്ധവും

നിന്നിലെന്നും വിടരുമനാദ്യന്ത-
ധന്യചൈതന്യനവ്യപ്രഭാതവും

നിൻ തളർച്ചയും നിന്നശ്രുബിന്ദുവും
നിന്റെ നിർമ്മലപ്രാർത്ഥനാഭാവവും! ■

കലോപാസകൻ

"കാറു വാങ്ങണമച്ഛൻ" എന്നോതും കിടാവിന്റെ
മാറിലെച്ചൂടാൽ ശീതം പോക്കി ഞാനിരിക്കുമ്പോൾ

ഊണരി നേടാൻ വെമ്പിക്കഴയ്ക്കും പാദത്തോടെൻ
പ്രാണനുണ്ടുത്കണ്ഠതൻ മുൾക്കിരീടത്തിൻ കീഴിൽ

കൂന്നിഴയുന്നു നീണ്ട നരകത്തെരുവിലെ-
ക്കൂരിരുട്ടി,ലാ സ്നേഹവിദ്യുത്തിൻ വെളിച്ചത്തിൽ

ഒന്നു നിൽക്കുവാനൊരു പുഞ്ചിരി തൂകാൻ സ്വന്തം
കണ്ണീരു തുടയ്ക്കാനും സമയം ലഭിക്കാതെ.

അപ്പൊഴും കുറിച്ചുപോലെന്റെ തൂലിക നൂറു
നിർഭരാഹ്ലാദത്തിന്റെ ഭാഷയും ചിത്രങ്ങളും;

ഉത്ഭവിച്ചുപോലെന്റെ കണ്ഠത്തിൽ മാധുര്യങ്ങ-
ളപ്പൊഴുമെൻ കാലടിമലരിൻ സ്പന്ദത്തിലും.

എന്നിലെസ്സുധ പാനം ചെയ്തുചെയ്തജ്ഞാതരെൻ-
ഖിന്നസോദരർ ചിരഞ്ജീവികളായീപോലും!

***

കേൾപ്പൂ ഞാനെന്തോ ശബ്ദം; കണ്മിഴിക്കുമ്പോൾക്കാണ്മൂ,
കൂപ്പുകൈച്ചെന്താർമുകുളങ്ങളുണ്ടിന്നെൻ ചുറ്റും.

തങ്ങൾതൻ മിഴിനീരും വിയർപ്പും ചെഞ്ചോരയും
തിങ്ങിയ വേഷത്തോടെ വന്നു ചോദിപ്പൂ ലോകർ:

"എങ്ങനെ വെളുത്തുപോയമ്പമ്പോ മഹാത്മാവേ,
അങ്ങതൻ ശിഖകളിത്താടിരോമവുംകൂടി?

തേടിയില്ല നീ വിത്തം, ബിരുദ,മധികാരം;
നേടിയില്ല നീ മോടിയുള്ളൊരു വസ്ത്രം പോലും.

മത്തനായ്ത്തീർന്നീല നീ പരസ്ത്രീവചസ്സിന്റെ
ഹൃദ്യമാം പതയാലോ മദ്യത്തിൻ ചിരിയാലോ.

രുജതന്നവതാരരൂപമേ, ഒരിക്കലും
രുചിയോടിരുന്നന്നം കഴിച്ചീലിജ്ജന്മം നീ.

ഉറങ്ങാനന്നത്തൂവൽമെത്തയും സമ്പാദിച്ചീ-
ലു,റങ്ങീല നീ, സ്വപ്നം കണ്ടു നീ ദിവാനിശം

ദിവ്യമോഹനസ്നേഹധർമ്മലോകത്തിൻ ശാന്തി-
ഭവ്യമാം കതിർക്കുലച്ചാർത്തിലെ സ്വർണ്ണങ്ങളെ!

എന്തൊരു നിരന്തരഭ്രാന്തി! എന്നാലും നിന്റെ
ചെന്തളിർവിരൽ തൊട്ടതൊക്കെയും പൊന്നായല്ലോ!

നാവിനാൽ മനസ്സാലും ഞങ്ങളീ നിഷ്കിഞ്ചനർ
താവകോദഗ്രാത്മീയകാന്തിയെ പ്രകീർത്തിക്കെ

ഫുല്ലമാവുന്നു നീണ്ടു പടരും നിന്നായുസ്സിൻ
വല്ലിമേൽ സന്തുഷ്ടിയോ കോപമോ മറ്റേതാണ്ടോ?

അരച്ചാൺവയറിന്നായ് കർമ്മങ്ങളനുഷ്ഠിച്ചു
മരിക്കുന്നവർ ഞങ്ങൾക്കറിഞ്ഞാൽകൊള്ളാം ശ്രീമൻ,

ജീവിതസാഫല്യത്തിൻ പൊരുളെങ്ങുലകത്തിൽ
കേവലമൃത്പിണ്ഡത്തിന്നുള്ളിലോ പുറമെയോ?

നിമിഷങ്ങളോ മീതെ നിത്യതതാനോ? കുഞ്ഞിൻ
ചിരിയോ പാരിൻ കൃതജ്ഞതയോ പരം മോക്ഷം?

***

ഞാനിരിക്കുന്നൂ മ്ലാനൻ താടിക്കു കയ്യും കുത്തി:
പ്രാണനീ പ്രപഞ്ചത്തെപ്പുൽകുന്നു, ചുംബിക്കുന്നു.

നിറയും മിഴികളാൽ പിന്നെ ഞാനാകാശത്തും
ചിരിക്കും കിടാവിന്റെ കണ്ണിലും പറക്കുന്നു.

എരിയും വയറ്റത്തു കൈ വെച്ചു തേങ്ങിത്തേങ്ങി-
ക്കരയാൻ മോഹിച്ചിട്ടും ഊറി ഞാൻ ചിരിക്കുന്നു;

ഇങ്ങനെ ചോദിക്കയും ചെയ്വൂ: "ഹേ ഭ്രാതാക്കളേ,
നിങ്ങളെന്തറിഞ്ഞെന്നെ കൈകൂപ്പി നിൽപ്പൂ, കഷ്ടം!" ■

താമരത്തോണി

കേശാദിപാദം കവിയായ്
കാഞ്ഞങ്ങാട്ടു പിറന്നവൻ,
അർദ്ധായുസ്സുവരെപ്പേരാ-
റ്റിങ്കൽ മുങ്ങിക്കുളിച്ചവൻ,

കുഞ്ഞിരാമൻ നായരെന്ന
വിശ്വവിസ്മയകാരകൻ,
അനശ്വരത്വത്തിലൂടെ-
ദ്ദീർഘയാത്ര തുടങ്ങുവാൻ

സ്വന്തം വേർപ്പിൻ തുറമുഖ-
ത്തെത്തുമീ ഭാഗ്യപൂർത്തിയിൽ
ഈ മുഹൂർത്തത്തിലീ ഭൗമ-
വിജയത്തിന്റെ ബിന്ദുവിൽ

അനന്തായുതനിശ്ശബ്ദ-
കർമ്മമൊപ്പം മുളപ്പതും
ഒപ്പം തളിർത്തുപൂത്തൊപ്പം
കായ്ച്ചു മൂത്തു പഴുപ്പതും

കണ്ടു ഞാനെൻ യുഗത്തിന്റെ
കോടി കോടിമുഖങ്ങളും
വിസ്മയിക്കെ, ക്കവിക്കുള്ള
താമരത്തോണിയെത്തവേ,

ദേഹത്തിൽനിന്നു വേർപെട്ടാ-
ക്കവിതൻ കീർത്തിവിഗ്രഹം
താമരത്തോണിപ്പടിമേ-
ലൊരു കാലടിയുന്നവേ,

കരയ്ക്കു പഞ്ചഭൂതത്തിൻ
തടവിൽപ്പെട്ടു നിൽപ്പവൻ
കണ്ണടപ്പഴുതിൽക്കൂടി-
യെന്നെസ്സൂക്ഷിച്ചുനോക്കവേ,

ഖദർജുബ്ബക്കയ്യു നീട്ടി-
പ്പുൽകവേ, കണ്ണടയ്ക്കവേ,
വിളിച്ചു പറയാൻ തോന്നി-
പ്പോകയാണുൾക്കുരുന്നിൽ മേ,

"വിശ്വാസമല്ലോ വിജയം,
ജീവിതം, സത്യമൊക്കെയും"

***

വിശ്വസിപ്പാനാവുമെങ്കിൽ
വിശ്വസിപ്പിൻ സഖാക്കളേ,
ഭാവിതൻ ഗർഭാശയത്തി-
ലുറങ്ങുന്ന യുഗങ്ങളേ,

എന്റെ കാലത്താളുകളെ
ശ്ശുശ്രൂഷിക്കുന്നു നിച്ചലും
യുക്തി പാട്ടായണക്കെട്ടായ്
കൃത്രിമോപഗ്രഹങ്ങളായ്.

കൊണ്ടാടിപ്പോന്നിതബ്ബുദ്ധി-
വികാസങ്ങളെയൊക്കെ ഞാൻ:
സേവനത്തിന്റെ പേരേടി-
ലവയും വരവല്ലയോ?

എങ്കിലും യുക്തിതൻ ഭൂത-
ക്കണ്ണാടിയിലദൃശ്യമായ്
ഉള്ളതെന്തും മായയെന്നു
വിധിപ്പാൻ ശക്തിയില്ല മേ.

കണ്ണാലേ കണ്ടതെമ്മട്ടിൽ
കണ്ടില്ലെന്നോതിടേണ്ടു ഞാൻ?
ഓർത്തു കോരിത്തരിക്കുന്നു
രോമകൂപങ്ങളിപ്പൊഴും.

കണ്ടിരിക്കുന്നു ഞാൻ കണ്ണു-
നിറച്ചും പലവട്ടവും
കരിങ്കൽക്കോവിൽപോലെന്നെ-
പ്പുൽകുമീ പ്രേമരൂപനെ,

ഇദ്ദേഹത്തിന്റെ ചീകാത്ത
ശിരസ്സിലവിരാമമായ്
ഉറന്ന ഗംഗാപുണ്യത്തിൽ
മുഴുകീ ഞാൻ പലപ്പൊഴും.

വനദുർഗ്ഗാപ്രസാദത്താൽ
സൗരഭംപൂണ്ട നെറ്റിയിൽ
എഴുതിക്കാൺകയാണിപ്പോൾ
മനക്കൺകൾ മിഴിച്ച ഞാൻ.

"വിശ്വാസമല്ലോ വിജയം,
ജീവിതം, സത്യ,മൊക്കെയും"

***

ഏതു യുക്തി രചിച്ചേയ്ക്കു-
മിമ്മാതിരിയൊരുത്തനെ
അന്ധത്തെക്കാളന്ധമായ
വിശ്വാസദ്യുതിയെന്നിയേ?

മരമായ് മൃഗമായ് പിന്നെ
മർത്ത്യനായിപ്പിറപ്പവൻ,
ലോകയോഗക്ഷേമമെന്ന
മഹേച്ഛയെ വരിപ്പവൻ,

മെല്ലെക്കടിച്ചുതിന്നല്ല-
ലുമിനീരിൽ കുതിർപ്പവൻ,
അവിശ്രമപ്രയത്നത്താൽ
പരാനന്ദം പൊഴിപ്പവൻ,

വീണ്ടും വീണ്ടും ജനിച്ചുണ്ടാം
നിസർഗ്ഗാത്മീയദർശനം
അതല്ലയോ യഥാർത്ഥത്തിൽ
കാവ്യസങ്കല്പസൗഭഗം?

മുത്തശ്ശിയാർകാവിൽനിന്നു
തിരിച്ചെത്തുന്നമാതിരി
താൻ വെച്ചു നേദിച്ച നേദ്യം
തലയിൽപ്പൂണ്ട ജീവനിൽ,

പിറന്ന നഗ്നനിൽ ദൃശ്യ-
പ്രപഞ്ചമുരസീടവേ
പൊട്ടിത്തെറിക്കും പൊരിയാം
പൂർണ്ണതാബോധമല്ലയോ
ഭക്തി, വിശ്വാസം, അതിനെ-
ദ്ധിക്കരിക്കുന്ന യുക്തിയും?

***

എന്തൊക്കെയോ വിചാരിപ്പേൻ,
ശബ്ദിച്ചില്ല,തു ഭാഗ്യമായ്:
താമരത്തോണിയിൽദ്ദേവി
വിളയാടുകയല്ലയോ?

കടഞ്ഞ ശാരദജ്യോൽസ്ന
പോലുള്ള തിരുമേനിയും
സമൃദ്ധവേണിയിൽച്ചന്ദ്ര-
ക്കലതൻ പരിവേഷവും

ഒരു കയ്യിൽശ്ശോണമദ്യം
തുളുമ്പും പാനപാത്രവും
ഒരു കയ്യിൽപ്പുസ്തകവും
തോണിക്കൊമ്പത്തുദിക്കവേ,

വരാഭയങ്ങൾ വർഷിക്കും
കൈകൾ ചുക്കാൻ പിടിക്കവേ,
കുഞ്ഞിരാമൻനായരുടെ
താമരത്തോണി നീങ്ങവേ,

തോണിപ്പടിയിലെക്കീർത്തി-
വിഗ്രഹത്തിന്റെ കൺകളിൽ
ധ്രുവനക്ഷത്രങ്ങൾപോലു-
ള്ളാദർശപുളകങ്ങളിൽ

അനശ്വരപ്രേമഘണ്ടാ-
മൗനം നിന്നു മുഴങ്ങവേ,
കരയ്ക്കു പഞ്ചഭൂതത്തിൻ
തടവിൽപ്പെട്ടു നിൽപ്പവൻ

ദുഃഖത്താലോ സുഖത്താലോ
തുടച്ചീടുന്നു കണ്ണുകൾ?
കീശയിൽക്കയിട്ടെടുത്ത
പേനകൊണ്ടുടനിക്കവി
കൊത്തിവെയ്ക്കുന്നതെന്താവാം
വെള്ളതേയ്ക്കാത്ത ഭാവിയിൽ?

***

അതെങ്കിലുമാവട്ടെ,
ഇമവെട്ടാതെതന്നെ ഞാൻ
കാണേണ്ടതിപ്പോൾ കാണുന്നു
സഹസ്രം നയനങ്ങളാൽ:

ആനന്ദാശ്രുപ്രവാഹത്തിൽ
തലക്കനമൊലിച്ചുപോയ്
ശുഭാശംസ പൊഴിക്കുന്നു
യുഗത്തിൻ ദീർഘദൃഷ്ടികൾ!

ആയുധംവെച്ചു കൈകൂപ്പി
വിളിച്ചോതുകയായി ഞാൻ,
"ജയിക്കുകമരാത്മാവേ!"
കേട്ടാൽ കേട്ടു മഹാകവി! ■

ബ്രഹ്മസൂത്രം

പട്ടണത്തിൽബ്ബസ്സു കാത്തു
നിൽപ്പേനാപ്പീസ്സിലെത്തുവാൻ;
കോരിക്കുളിക്കുവാൻപോലും
സാധിച്ചില്ലിന്നു രാവിലെ.

ധൂമയോനികളാമുത്ക-
ണ്ഠകളാലിന്നു ചഞ്ചലം
തീരെപ്പെയ്യാതെ വർത്തിപ്പൂ
മനസ്സിന്റെയഹർമ്മുഖം

വറ്റിപ്പോയ്ക്കിണറപ്പാടേ,
കുടിക്കാനുള്ള വെള്ളവും
നാസ്തിയാമീ ഞാറ്റുവേല-
ച്ചതി നീങ്ങാതെ നില്ക്കുകിൽ.

"എന്തിനീപ്പൂണുനൂലിന്നും
ധരിച്ചീടുന്നു പാഴിൽ നീ?
നിനക്കു ഭാരമീബ്ഭൂത-
കാലത്തിൻ കവചം, സഖേ!"

ഒരാളെൻ കാതിൽ മന്ത്രിച്ചു
കുപ്പായത്തിൻകുടുക്കിടാൻ
മറന്നേനല്ലി ഞാനിന്നു?
തുടർന്നു സഹയാത്രികൻ;

"കിറുക്കല്ലേ യഥാർത്ഥത്തിൽ-
ച്ചാതുർവ്വർണ്ണ്യ വ്യവസ്ഥകൾ?
സംസ്കാരാഭാസങ്ങളല്ലീ
ഷോഡശക്രിയയത്രയും?

എല്ലാജ്ജന്തുക്കളും ദൈവ-
ദൃഷ്ടിയിൽത്തുല്യരല്ലയോ?
ഊരിത്തരൂ, പൂണുനൂലിൽ
മത്തി കോർക്കട്ടെയിന്നു ഞാൻ."

***

അപരാധി, ജളൻ, യുക്തി-
ബോധമേ, നിന്റെ മുമ്പിൽ ഞാൻ
സത്യമല്ലാതെ യാതൊന്നും
പറയാൻ ശക്തിയില്ല മേ:

എങ്ങുപോയോ ഞാൻ പഠിച്ച
ശിശുപാഠം, മതിന്നകം
വെച്ചിരുന്ന മയിൽപ്പീലി?
രണ്ടുമജ്ഞേയമെങ്കിലും

മനസ്സിലിന്നുമന്നത്തെ
പ്രിയങ്ങൾ പരിശുദ്ധികൾ
മൂഢമാകിലുമാശ്വാസ-
പ്രദങ്ങളനുഭൂതികൾ

അവശേഷിച്ചു നിൽക്കുന്നൂ
കഴുത്തിൽ ബ്രഹ്മസൂത്രവും
തുളസിത്തളിരിൻ മൂർച്ഛ,
പൂജാമണികൾതൻ ലയം,

ഭദ്രദീപത്തിലെശ്ശാന്തി,
മാലേയമൃദുശൈത്യവും,
മറപ്പേനോ പഞ്ചഗവ്യ-
മധുരാത്മപ്രമോദവും?

മറപ്പേനോ ഈശനെക്ക-
ണ്ടെത്തും ദിവ്യമുഹൂർത്തവും?
അമ്പലത്തിരുമുറ്റത്തു
കണ്ടിട്ടുണ്ടന്നൊരിക്കൽ ഞാൻ,

മണ്ണുകൊണ്ടു തടം കെട്ടീ
ബലിക്കല്ലിനു ചുറ്റിലും;
വെള്ളം നിറച്ചൂ തടത്തിൽ-
ബ്ബലിക്കല്ലാണ്ടുപോംപടി;

ദർഭാഗ്രം കൊണ്ടതിൽത്തൊട്ടു
ജപിച്ചു മന്ത്രമാളുകൾ;
തെളിഞ്ഞ മാനത്തുണ്ടായീ
മഴക്കാറിന്റെ ലാഞ്ഛനം

അപ്പോഴും തിരുമുറ്റത്തു
ജപിച്ചു മന്ത്രമാളുകൾ
ഒടുവാ മഴമേഘങ്ങ-
ളാദിത്യനെ മറയ്ക്കവേ,

മഴ തുമ്പിക്കൈത്തുടത്തിൽ-
പ്പെയ്തു ലോകം നിറയ്ക്കവേ,
ഒരാളൊഴികെയെല്ലാരും
നിറുത്തീ ജപമെങ്കിലും

നിറുത്തീലാ ശിലാകല്പ-
നൊരാൾ മീലിതലോചനൻ.
കഷണ്ടിത്തലയിൽ സാള-
ഗ്രാമംപോലുള്ള തുള്ളികൾ

വീണുടഞ്ഞിട്ടുമദ്ദേഹ-
മറിഞ്ഞീലാ പരിസ്ഥിതി!
ഇന്നാരുള്ളൂ 'വരുണനെ
മൂടുവാൻ' മൂടിയാലുടൻ

മഴപെയ്യിക്കുവാൻ? പെയ്താൽ
പെയ്തുവെന്നുള്ളിൽ നമ്പുവാൻ?
കണ്ടുനിന്നമ്പരന്നൂ ഞാ-
നന്നാപ്പേമാരിയെങ്കിലും

കണ്ടാലുമില്ല വിശ്വാസ-
മിന്നത്രയ്ക്കു വളർന്നു ഞാൻ.
വളർന്നു ഞാൻ: ബസ്സു വരാ-
നരനാഴിക വൈകിയാൽ

തളർന്നു ഞാൻ, കേഴുകയാ-
യെന്നിലെബ്ബലഹീന.
എവിടെപ്പോയെന്റെ തട്ടിൻ-
പുറത്തെത്താളിയോലകൾ?

മഷിയിട്ടാരു വായിക്കും?
കണ്ണിൽത്തിമിരമല്ലയോ?
ഗോളാന്തരങ്ങളെ സ്വപ്നം-
കണ്ട ജർമ്മന്റെ കണ്ണുകൾ,
അണുഭേദിച്ച കൈ, സാഭി-
മാനം പറയുമുത്തരം.

***

വന്നുവോ ബസ്സു? നേരത്തി-
നെത്തുമാപ്പീസ്സിലിന്നു ഞാൻ,
കമ്പിയിന്മേൽത്തൂങ്ങി മുഖം
താഴ്ത്തിനിൽക്കണമെങ്കിലും.

അന്നന്നത്തെദ്ധർമ്മമന്ന-
ന്നാചരിക്കുന്നതല്ലയോ
എന്നത്തെയും ഭാഗ്യം? ആത്മാ-
രാധനം ലോകസേവനം!

ശരി, ഞാനെന്തിനിപ്പോഴും
പൂണുനൂൽച്ചുമടേറ്റണം?
അനർഹമീയലങ്കാരം
വഞ്ചനാത്മകമല്ലയോ?

അപരാധി, ജളൻ, യുക്തി
ബോധമേ, നിന്റെ മുന്നിൽ ഞാൻ;
ശീലംകൊണ്ടീ നൂലഴിച്ചു-
കളയാനിഷ്ടമില്ല മേ.

മുക്കുവബ്രഹ്മർഷിയുടെ
വീട്ടിലീ നൂലുകൊണ്ടൊരാൾ
ആരെ വഞ്ചിക്കും? ശ്രവിപ്പേൻ:
'സർവ്വം ബ്രഹ്മമയം ജഗൽ!'

അഴിക്കാൻ ഞാനഴിച്ചിട്ടു-
മുണ്ടീപ്പൂണൂൽ പലപ്പൊഴും;
അഴിഞ്ഞിട്ടില്ലതെൻ സൂക്ഷ്മ-
ശരീരത്തിങ്കലിപ്പൊഴും;

[1]വീര്യവും ബ്രഹ്മവർച്ചസ്സും
സർവ്വവേദാധികാരവും
ഇച്ഛിക്കാനഭ്യസിപ്പിച്ച
തീ മൂന്നിഴകളല്ലയോ?

വിടർന്ന കണ്ണാലുത്കർഷ-
സൂര്യരശ്മി പറിച്ചു ഞാൻ
മൂന്നിഴപ്പൂണുനൂലാക്കി-
ദ്ധരിച്ചപ്പോളഭംഗുരം

ഋതമല്ലോ ക്ഷണം കണ്ടേൻ
സൃഷ്ടിസ്ഥിതിലയാത്മകം!
ദ്വിപാത്താരു, ചതുഷ്പാത്താ,-
രാരുതാനിങ്ങജംഗമം?

ത്രിദോഷകൃതപിണ്ഡത്തിൻ
ത്രികാലപരിവൃത്തിയിൽ
നില്ക്കുവാനിടയില്ലാഞ്ഞി-
ട്ടോടിയോടിക്കിതപ്പവർ,

അരപോലും മറയ്ക്കാത്ത
നിഷ്കിഞ്ചനർ, നിരാശ്രയർ,
വെറും ജീവാത്മാക്കൾ നമ്മൾ;
സദാ കാണുന്നു ഞാൻ പൊരുൾ:

എന്നാലുമില്ല നൈരാശ്യ-
ബിന്ദുവെൻ നയനങ്ങളിൽ.
നെഞ്ചിലെ ബ്രഹ്മസൂത്രം ഞാൻ,
കാണുമ്പോൾ തടയുമ്പൊഴും

1. പൂണുനൂൽ ധരിക്കാനുള്ള മന്ത്രം.
"യജ്ഞസ്യോപവീതേനോ പവ്യയാമി ദീർഘായുത്വായ സുപ്രജാസ്ത്വായ സുവീര്യായ സർവ്വേഷാം വേദാ നാമാധിപത്യായ യശസേ ബ്രഹ്മവർച്ചസായ ത്വാം"

ത്രിഗുണാത്മികയായെന്നിൽ-
ത്തെളിവൂ പ്രകൃതിയീശ്വരി.
എനിക്കമൃതപാനീയ-
മിദം നൽകുന്നു സസ്പൃഹം,

"മനോവാക്കായകാരുണ്യ-
യജ്ഞം ചെയ്യുക നിർഭയം;
ത്യാഗക്ലേശത്തിൽനിന്നാർജ്ജി-
ക്കുക നീ ശാന്തിമല്ലയം;

അതാണല്ലോ ഭൂർഭുവസ്വർ-
ല്ലോകമോക്ഷണമാം ജയം."

***

എങ്കിലും ബസ്സിറങ്ങി സ്വ-
ധർമ്മത്തിൻനേർക്കു പായവേ,
മുക്കുവന്റെ കരാഗ്രത്തിൽ-
ക്കണ്ട മീനിനൊടോതി ഞാൻ:

"വേദം മോഷ്ടിച്ചൊരു ഹയ-
ഗ്രീവനെക്കൊന്ന വീര്യമേ,
തന്നിട്ടുണ്ടേ പൂണുനൂലൊ-
ത്തന്നെത്തന്നെ നിനക്കു ഞാൻ." ■

കൗമാരസംയമം

പുറ്റിനുള്ളിൽ മഹർഷിപോലെയി-
രുന്നു നിൻ സഹവാസമെൻ
ചുറ്റുപാടിനു സൗരഭോജ്ജ്വല-
കാന്തിചാർത്തിയ നാളിൽ ഞാൻ:

തൊട്ടുവോ പനിനീരിതൾത്തല-
കൊണ്ടിടയ്ക്കിടെയെന്നെ നീ,
പട്ടുപോലെ നനുത്ത കോൾമയി-
രെന്നെ മൂടിയിരുന്നുവോ?

എന്റെ മേശവിരിപ്പുറത്തു പി-
ണഞ്ഞ നിന്റെ കരങ്ങളിൽ
കങ്കണങ്ങളിടയ്ക്കിടയ്ക്കു ചി-
രിച്ചുതുള്ളുകകാരണം

എന്റെ കാതമൃതുണ്ടുഞെട്ടി; ഞൊ-
ടിക്കകം ഞെരിയാണിയിൽ
ക്കണ്ടു നിൻ മറുകൊ,ന്നതിൽത്തഴു-
കാൻ കൊതിച്ചു കിതച്ചു ഞാൻ

നിന്റെ പാൽപ്പതപോലുലർന്നു-
വിളങ്ങിടും പുടവയ്ക്കകെ-
ത്തെന്റെ സാധുമനസ്സുപോലെയ-
രിച്ചുനീങ്ങിയൊരീച്ചയെ

കണ്ടവാറൊരു മന്ദഹാസ-
മുദിച്ചു നിന്നധരങ്ങളിൽ,-
"കണ്ടുവോ!" "അതിനെപ്പുറത്തുവി-
ടൂ" വിളിച്ചു പറഞ്ഞു ഞാൻ

ആയിടയ്ക്കു പുറത്തുവന്നൊരു
നോവലിന്റെ ഗുണാഗുണം
നീയിരുന്നു പറഞ്ഞു, സന്ധ്യ പു-
റത്തുനിന്നതു കേൾക്കവേ,

പോയി വൈദ്യുതി തൽക്ഷണം, പകു-
തിയ്ക്കെഴുത്തു നിറുത്തി ഞാൻ
കൈയനങ്ങുകിൽ നിന്റെ മേൽത്തൊടു-
മെന്നിരുന്നു മരിക്കയായ്.

ഇഷ്ടകാമിനി, നിന്റെ കണ്ണിലെ
വശ്യശക്തിയിൽ ഞാനക-
പ്പെട്ടുവോ കുറവന്റെ ചൂടിയിൽ
മൊച്ചപോൽപ്പലവത്സരം?

കെട്ടഴിച്ചുതരാതെയിന്നു പി-
രിഞ്ഞുപോവുകയല്ലി നീ?
കഷ്ട,മെങ്കിലുമെന്നുമോർക്കുക,
നിന്റെയഭ്യുദയാർത്ഥി ഞാൻ! ■

ചിരിവരുന്ന കാലം

വെള്ളം കുറവാണു. പൈപ്പിൽനിന്നോരോരോ
തുള്ളിയായ് വീണു കുടം നിറയാൻ

എത്രമണിക്കൂറു വേണമോ? നമ്മൾക്കു
കുത്തിയിരുന്നിടാമിക്കലുങ്കിൽ.

പൊന്നിളവെയ്‌ലത്തു പായുന്ന വണ്ടികൾ
ചിന്നും പൊടിമണ്ണു തിന്നുകൊണ്ടും

തമ്മിൽത്തമാശ പറഞ്ഞുകൊണ്ടും സഖീ,
നമ്മൾക്കിരിക്കാം കുറച്ചുനേരം.

നിന്നഭിപ്രായമെന്താ, ണൊരു കാര്യം ഞാ-
നെന്നിൽനിന്നിയ്യിടെക്കണ്ടെടുത്തു:

അമ്മിണീ, സത്യ, മീയൗവനകാലത്തു
ചുമ്മാ നമുക്കു ചിരിവരുന്നു!

കാലത്തെഴുന്നേറ്റു പല്ലുതേച്ചീടുമ്പോൾ,
കാലിക്കു തീറ്റ കൊടുത്തിടുമ്പോൾ,

കാപ്പിവെള്ളം വീണു കൈത്തണ്ടപൊള്ളുമ്പോൾ,
കണ്ണിൽപ്പുകക്കലിപ്പൂറിടുമ്പോൾ,

ഉച്ചയ്ക്കകൈങ്ങൾ മെഴുകിത്തുടച്ചെനി-
ക്കൂരമുഴുവൻ വിലങ്ങിടുമ്പോൾ,

മുല്ലയ്ക്കലന്തിത്തിരി കൊളുത്താൻവേണ്ടി
മുത്തശ്ശി നിന്നു പിരക്കിടുമ്പോൾ,

പാതിരാസ്വപ്നത്തിൽ ഞെട്ടിയുണർന്നു ഞാൻ
പേടിച്ചരണ്ടു കിതയ്ക്കുമ്പോഴും,

ഊറിച്ചിരിച്ചുപോകുന്നു ഞാനമ്മിണീ,
കാരണമില്ലാതി,തെന്തു കഷ്ടം!

ഞാനവസാനം നിരൂപിച്ചതിങ്ങനെ-
യാ,ണതു വാസ്തവംതന്നെയല്ലേ?

അമ്മിണി, സത്യ,മീ യൗവനകാലത്തു
ചുമ്മാ നമുക്കു ചിരിവരുന്നു!

***

അയ്യയ്യോ! ഞായം പറയും തിരക്കിൽ ഞാ-
നക്കാര്യം തീരെ മറന്നുപോയി:

എൻകുടം പാടേ നിറഞ്ഞുതുളുമ്പിയി-
ട്ടെത്രയോ നേരം കഴിഞ്ഞുവല്ലോ! ■

പക്ഷിക്കുടുമ*

"കഴിഞ്ഞു," ബാർബ്ബർ മന്ത്രിച്ചു;
കണ്ണു രണ്ടും വിടർത്തി നീ,

കണ്ണാടിയിൽക്കണ്ടു നിന്നെ-
പ്പക്ഷിക്കുടുമയോടെ നീ!

"ഇതെന്തൊരക്രമം?" പൊട്ടി-
ക്കരഞ്ഞു നിന്നിൽനിന്നൊരാൾ,

ഇതിലും നല്ലു പണ്ടത്തെ-
യുച്ചിക്കുടുമയല്ലയോ?

നരച്ച തന്തപ്പിടി നീ
വെറും കോളേജുപയ്യനോ?

വീട്ടിൽപ്പോയ് നിൻ മക്കളുടെ
മുഖത്തെങ്ങനെ നോക്കിടും?

***

മക്കൾ പൊട്ടിച്ചിരിക്കുന്ന-
തൊരർത്ഥത്തിൽ രസാവഹം;

നാളെക്കാലത്തയൽക്കാർതൻ
മുഖത്തെങ്ങനെ നോക്കിടും?"

വിവേകശക്തികൊ,ണ്ടെന്നാൽ-
ച്ചുണ്ടിറുക്കിപ്പിടിച്ചു നീ:

---

* ഏറ്റവും പുതിയ ഹെയർസ്റ്റൈൽ

ആരാണിബ്ബാർബ്ബ,റെങ്ങേതു
പട്ടിക്കാട്ടിൽപ്പിറന്നവൻ,

അല്ലെങ്കിലെങ്ങേതു പാരീ-
സ്സിൽപോയ് ഡിഗ്രിയെടുത്തവൻ?

ഇയാളോടെന്തു പറയാൻ?
പോരെങ്കിൽക്കൗണ്ടറിന്നുമേൽ

അണച്ചുവെച്ചിരിക്കുന്നൂ
ക്ഷൗരക്കത്തി പലേതരം!

***

മുന്നിൽക്കുപ്പിയിൽ വെള്ളം പോ-
ലിരുന്നു താങ്കളൊട്ടിട

തിരിച്ചാൽത്തിരിയും ക്ഷൗര-
ക്കസേരയിലചഞ്ചലൻ.

നെഞ്ചിൽ വെള്ളപ്പുതപ്പിട്ട
ശവംപോലെ കിടക്കവേ

നിരത്തിലൂടാർ പോകുന്നെ-
ന്നൊളികണ്ണിട്ടു നോക്കി നീ.

ഒടുവിൽക്കൈ മെല്ലെ മെല്ലെ-
യുയർത്തിത്തടവീ ഭവാൻ

സ്വന്തം പക്ഷിക്കുടുമയിൽ:
"ചെരച്ചാലെന്തിതപ്പടി?"

ഭാഗ്യത്തി,നപ്പോൾക്കൈ ചെന്നൂ
കുപ്പായത്തിന്റെ കീശയിൽ:

ഒരുറുപ്പികനോട്ടല്ലാ-
തില്ലതിന്നുള്ളിലൊന്നുമേ.

കത്തിയൂതിത്തുടയ്ക്കുന്ന
തിരക്കിൽപ്പെട്ട ബാർബ്ബറെ

നിർന്നിമേഷം നോക്കി നോക്കി-
യിരുന്നൊടുവെണീറ്റു നീ.

***

പണം കൊടുത്തിറങ്ങുമ്പോൾ
ചൊല്ലി നീ വിനയാന്വിതൻ:

"പക്ഷിക്കുടുമ വെച്ചെന്നെ-
ശ്ശിക്ഷിക്കേണ്ടായിരുന്നു താൻ!"

"ഇതാണു സാർ, ഫാഷനിപ്പോൾ,"
പുഞ്ചിരിക്കൊണ്ടു പണ്ഡിതൻ;

തലയിൽ ടവ്വലും കെട്ടി-
യിറങ്ങീ റോട്ടിലേക്കു നീ.

വഴിയ്ക്കൊരിഷ്ടൻ കണ്ടെത്തീ,
"മഞ്ഞുവീഴാൻ തുടങ്ങിയോ?"

"ഇതാണു സാർ, ഫാഷനിപ്പോൾ,"
അത്യുച്ചത്തിൽ ചിരിച്ചു നീ.

ചിരി കണ്ടിട്ടിഷ്ടനമ്പ-
രന്നു പാതയിൽ നിൽക്കവേ

നിൽക്കാതെ മുമ്പോട്ടു നീങ്ങി
നീയും നിൻ കാലഘട്ടവും! ■

ധർമ്മസമരം

തല്ലീലാരും, പക്ഷേ,
വീണുകിടക്കുന്നു ഞാനിതാ മണ്ണിൽ;
കൊന്നീലാരും, പക്ഷേ,
ചത്തുമലച്ചല്ലീ ഞാൻ കിടക്കുന്നു?

ദിനമണി മുട്ടിവിളിച്ചാ-
ലുണരില്ലെന്നല്ലിതിന്റെ താൽപര്യം,
തേയ്ക്കാറില്ലാ പല്ലെ-
ന്നല്ല, കുളിപ്പീലയെന്നുമല്ലല്ലോ.

കിട്ടിയ ചോറും കറിയും
തട്ടാറില്ലെന്നുമില്ല രുചിയോടെ
കല്ലുണ്ടെന്നറിയാതെ-
ബ്ഭഗവൽക്കാരുണ്യമെന്ന നിനവോടെ.

പിന്നെച്ചെന്നെത്താറു-
ണ്ടാപ്പീസ്സിൽസ്സുദൃഢയൗവനത്തോടെ,
സപ്തതിയാഘോഷിച്ചവ-
നെന്നോണം തിരികെ വീട്ടിലന്തിക്കും.

കട്ടിലിൽ മുതുനിവരുമ്പോൾ
പൊട്ടുന്നുണ്ടാത്മവത്ത സന്ധികളിൽ,
"ഉണരണമല്ലോ വീണ്ടും
നാളത്തെദ്ധർമ്മകർമ്മവീരൻ ഞാൻ."

ധർമ്മം, ധർമ്മം, ധർമ്മം,
തുരുതുരെ വന്നെന്റെ വീടുവളയുന്നു,
അവയൊടു പൊരുതാനായ് ഞാൻ
കാക്ക കരഞ്ഞാൽപ്പിടഞ്ഞെണീക്കുന്നു:

"നാരായണ, നാരായണ,"
നരജാതിക്കയനമായ ഭഗവാനേ,
ബസ്സിലിരിക്കുമ്പൊഴുമെൻ
നാവുണ്ടേ നിന്റെ പേർ ചവയ്ക്കുന്നു.

മോക്ഷം തരികെന്നല്ലാ,
യൂയെന്നോത്തലവനാക്കുകെന്നല്ലാ,
ഒരു ചോറ്റിൻമണിയെന്നാ-
ണൊരു നൂലിഴയെന്നുമാണതിന്നർത്ഥം.

എത്ര ചുരുങ്ങിപ്പോയീ
വിശ്വസ്നേഹത്തിൽ വാർത്ത കൊട്ടാരം!
എങ്കിലുമതു വികസിക്കും
നാളെ ബ്രഹ്മാണ്ഡസകലപര്യന്തം!

താങ്കൾ ചുരുട്ടിയെറിഞ്ഞൂ
കൊട്ടാരത്തിൻ മുഖപ്പിലേക്കെന്നെ,
ഞാനപ്പോൾപ്പിടികൂടി
വളയത്തിന്മേലുടുമ്പിനെപ്പോലെ.

"നാരായണ, നാരായണ."
ഞാനനിശം നിന്റെ പേർ ചവയ്ക്കുമ്പോൾ
ഇയ്യിടെ വിളികേൾക്കുന്നു-
ണ്ടാരാണ്ടെന്നുള്ളിൽനിന്നു: നീതാനോ?

ആരെന്നെത്തച്ചാലെ-
ന്താ,രെന്നെക്കൊന്നുവെങ്കിലെന്തുള്ളൂ?-
ജീവിക്കുന്നൂ വീണ്ടും
വാടകവീട്ടിൽത്തിരിച്ചു ചെല്ലുമ്പോൾ!

പിന്മുറ പുഞ്ചിരിതൂകി-
ക്കുഞ്ഞിക്കൈ നീട്ടി വന്നു പുണരുമ്പോൾ
നാലു യുഗങ്ങളിലെസ്സുഖ-
മൊന്നായ്പ്പെട്ടെന്നുയിർത്തെണീക്കുന്നു.

കീശയിലെദ്ദാരിദ്ര്യം
പേശലമക്കൈപ്പെടം മതിർപ്പിക്കെ
കരളിലുദിപ്പൂ നിഭൃതം
കണ്ണീരിലെ മർത്ത്യജന്മസായൂജ്യം. ■

തുലാവർഷം

അറബിക്കടൽവക്കത്തു
കോഴിക്കോടെന്ന പട്ടണം:

തുലാവർഷം കാത്തുകാത്തു
കത്തിക്കാളുന്ന നാളുകൾ.

കിഴക്കുണ്ടോ മഴക്കാറെ-
ന്നന്വേഷിക്കുന്ന കണ്ണുമായ്

ഉലാത്തുന്നുണ്ടെരുമകൾ
പാളയത്തിന്റെ പിൻവശം.

പഴത്തൊലികളും ചീഞ്ഞ
പച്ചക്കറിയിനങ്ങളും

അടിക്കാട്ടായുള്ള കീറ-
ക്കടലാസുകൾകൂടിയും

കടിച്ചുതിന്നാൻ പഠിച്ചു
ജീവിക്കുന്നവരാകിലും

മലയാളപ്പട്ടണത്തെ-
പ്പാലൂട്ടും വലിയമ്മമാർ.

ഭസ്മക്കുറികൾ, സിന്ദൂര-
പ്പൊട്ടു, പിന്നിൽക്കുടുമ്മയും

കാതിൽത്തുടുതുടെക്കൂറ്റൻ
കല്ലുവെച്ച കടുക്കനും

കറുത്തു വിങ്ങിത്തൂങ്ങുന്ന
കുമ്പ വീഴാതിരിക്കുവാൻ

പൊത്തുകെട്ടിക്കൊടുക്കുന്ന
പാളത്താറിൻ മുറുക്കവും

കൈകളിൽപ്പാൽപ്പാത്രവുമായ്
ജനിച്ചൊരു മനുഷ്യനെ

വിശ്വസിച്ചിട്ടല്ലവന്റെ
ഭുജാസംസർഗ്ഗഹേതുവാൽ

പിന്തുടർന്നും കാൽ കഴച്ചു
കുളമ്പിൽച്ചോര പൊട്ടിയും

മത്തങ്ങവിളയും പൊള്ളാ-
ച്ചിയിൽനിന്നിങ്ങുവന്നവർ,

ഉലാത്തുന്നുണ്ടെരുമകൾ
പാളയത്തിന്റെ പിൻവശം

***

ദിവ്യജ്ഞാനപ്പഴച്ചാറി-
ലാണ്ടവൻ, കരുണാനിധി

കാർത്തികോത്സവമാഘോഷി-
ച്ചിടുമീപ്പുണ്യവേളയിൽ

തന്റെ വാഹനമാഹ്ലാദി-
ച്ചാടുവാനുള്ള കൗതുകാൽ

കാതിലിമ്പമൊഴുക്കും ചെ-
ന്തമിഴ്നാടിന്റെ വായുവിൽ

പന്ത്രണ്ടുകണ്ണും തുറന്നു
കടാക്ഷങ്ങൾ പൊഴിക്കവേ

ജീവാമൃതങ്ങ,ളാകാശ-
ഗംഗാഹർഷങ്ങളൂഴിയിൽ

പതിയാതെയിരുന്നിട്ടി-
ല്ലിന്നേവരെയൊരിക്കലും

***

അപ്പോഴേക്കെന്തകലെനി-
ന്നിരമ്പക്കങ്ങൾ കേൾക്കുവാൻ?

കാതനക്കാതെരുമക-
ളുറ്റു നോക്കുന്നു വാനിനെ!

വരുമിപ്പോൾത്തുലാവർഷം
'നമ്മൾനാടിൻ' മഹോത്സവം;

മഞ്ഞുകട്ടകൾപോൽക്കൊങ്ങൻ-
മഴത്തുള്ളികളീക്ഷണം

വീണു പൊട്ടും പുറ,ത്തപ്പോൾ
കുളിർകോരും കരിമ്പുറം;

ഒരാണ്ടുകൂടിജ്ജീവിപ്പി-
ച്ചിടുമാപ്പുളകോൽഗമം!

***

ഇരമ്പക്കം നീങ്ങിനീങ്ങി-
യടുത്തെത്തുമ്പൊഴേക്കിതാ,

മഴക്കാർനിനവാടീടു-
മെരുമക്കൺകളാകവേ

മാനത്തുനിന്നൂർന്നിറങ്ങി-
പ്പാളയത്തിൽപ്പതിക്കയായ്!

കൊടിയേന്തി നടക്കുന്നൂ
മനുഷ്യക്കൊച്ചുകുട്ടികൾ,

കൂറ്റൻ മനുഷ്യരവർതൻ
നേരേ വീശുന്നു ലാത്തികൾ.

തലപൊട്ടിക്കാൽവഴുതി
വീഴുമാക്കൊച്ചുമക്കളെ,

സാഹസപ്രിയരെ, സ്നേഹം
തുളുമ്പും നിസ്സഹായരെ,

അടുത്തുചെന്നെരുമകൾ
മണത്തും കൊണ്ടു നിൽക്കവേ

നക്കിലാളിക്കവേ ഘോഷ-
യാത്ര ദൂരേക്കകന്നുപോയ്.

***

എങ്കിലെന്താണെരുമകൾ-
ക്കുടൻ കേൾക്കായി ദൂരവേ,

"മക്കളേ, നാനുങ്കളൈത്താൻ
കാപ്പാത്തുക്കൊണ്ടിരുക്കിറേൻ."

ആസുരത്വങ്ങളെപ്പണ്ടു
രുദ്രൻ കണ്ണിലെരിക്കവേ

നെറ്റിക്കൺതീപ്പൊരികളിൽ-
നിന്നു ഭൂജാതനായവൻ,

വീരബാഹുവിലെ സ്നേഹ-
ത്തിന്റെ ചൂടിലലിഞ്ഞവൻ,

ശൂരപത്മാവിലെ ക്രൗര്യം
ചീന്തി രണ്ടാക്കിയിട്ടവൻ,

വിഷമുള്ളൊരു സർപ്പത്താൻ
കൊക്കിൽത്തൂങ്ങിപ്പിടയ്ക്കിലും

പീലിചിക്കിപ്പറന്നെത്തും
മയിലിന്റെ പുറത്തിതാ,

വന്നിറങ്ങുന്നു മുരുകൻ
പാളയത്തിൽപ്പൊടുന്നനെ:

അവനല്ലോ ചൊൽവു വെറും
നാൽക്കാലികളൊടിങ്ങനെ,

"മക്കളേ, നാനുങ്കളൈത്താൻ
കാപ്പാറ്റുക്കൊണ്ടിരുക്കിറേൻ,"

***

ഉള്ളിലാനന്ദം ചുരന്നു
വരുമാ മൂകജീവികൾ

അനക്കമില്ലാതെ നിന്നൂ
പാതികൂമ്പിയ കണ്ണുമായ്!

തുലാവർഷങ്ങളെന്തിന്നീ-
ക്കുളിരും ദിവ്യദർശനം

കല്ലിൽക്കൊത്തിയപോലുള്ളിൽ
നിൽക്കാവൂ മരണംവരെ! ■

ദിഗ്വിജയം

പണ്ടുപണ്ടാരോ തീർത്തവീട്ടിലെ പ്രജയാം ഞാൻ;
ഉണ്ടൊരു നിലവറക്കുണ്ടെന്റെ മച്ചിന്നുള്ളിൽ.

അതിലുണ്ടൊരാൾക്കുരങ്ങാ, വിദ്വാനൊരു കുതി
കുതിച്ചാലെത്തും ചന്ദ്രഗോളത്തെക്കാളും ദൂരെ.

എങ്കിലും, 'അവനൊരാൾക്കുരങ്ങാ,ണില്ലാ നൂലു-
ബന്ധവും കൂടിദ്ദേഹ, ത്തെന്നോർത്തു നേർത്തെത്തന്നെ

ഇരുത്തീ കവാടത്തിൽ ബുദ്ധഭിക്ഷുവിനെ ഞാൻ,
'പുറത്തുവിടൊല്ലെ'ന്നു നിർദ്ദേശിക്കയും ചെയ്തു.

വായുവേഗത്തിൽപ്പായും കുതിരപ്പുറത്തേറി-
പ്പോയി ഞാൻ പിന്നീടെന്റെ ധർമ്മയുദ്ധത്തിന്നായി.

അഷ്ടദിക്പാലകന്മാരുമെഴുന്നേ,റ്റവരുടെ
വിഷ്ടരങ്ങളിലെന്നെയിരുത്തിപ്പൂജിച്ചാറേ

തിരികെ ചെല്ലുന്നൂ ഞാനൊരുനൂറുവർഷത്തെ
മരവിപ്പിരുൾകെട്ടും മാറാലവീട്ടിന്നുള്ളിൽ.

എന്താവും നിലവറക്കുണ്ടിലെക്കഥയിപ്പോ-
ളെന്ന കൗതുകക്കുളമ്പടിക്കും കരളോടെ

തപ്പിയും തടഞ്ഞും ഞാനിറങ്ങിച്ചെന്നീടവേ
മുൽപ്പെട്ട നാസാമൃത്യുക്കുണ്ടിലുണ്ടിരിക്കുന്നു

എതിരാളിതൻ കണ്ണിൽ നട്ട കണ്ണെടുക്കാതെ
സ്ഥിതിചെയ്തുകൊണ്ടാൾക്കുരങ്ങനും ശ്രീബുദ്ധനും.

ഒരു മാറ്റമേയുള്ളൂ; വാതിൽക്കലിരിപ്പതാൾ-
ക്കുരങ്ങാ,ണുള്ളിൽച്ചൂളിയിരിപ്പാണിപ്പോൾ ബുദ്ധൻ. ■

ഗുമസ്തൻ ഹോട്ടലിൽ

"തയിർവേണ്ടയോ?" ഹോട്ടൽക്കാരന്റെ ചോദ്യം; വേണ്ടെ-
ന്നുരിയാടുവാൻ വെള്ളമിറക്കീ ഗുമസ്തൻ നീ.

സ്ഫടികചഷകത്തിലപ്പൊഴേയ്ക്കെത്തിച്ചേർന്നി-
തുടയാസ്സൗരഭ്യം നിൻ ബുഭുക്ഷാസവിധത്തിൽ.

സഹഭോജികളെ നീ നിമിഷം നിരീക്ഷിക്കെ-
സ്സർവ്വരും തലപൊക്കാതടിപ്പൂ തയിർശാതം.

ഗമയിൽ ട്രോളിക്കാരും ഗസറ്റഡ്ഡോഫീസറും
സമന്മാർ; നീയോ പക്ഷേ, കൈപൊള്ളി സ്ഥിതിചെയ്വൂ

വാരിയ തീക്കട്ടകളുണ്ണുവാനാവാതെ നിൻ
ഫോസിലിൽ, സ്വന്തം വിധി തീർത്ത ഫർനസ്സിന്നുള്ളിൽ.

അരനാഴികയുച്ചത്തീവെയിൽ ചവിട്ടിയ-
തൊരു ബക്കറ്റിൽപ്പുറം വേർപ്പൊഴുക്കിയതും നീ

എൺപതു പൈസയ്ക്കൂണു കിട്ടുമിങ്ങെന്നോർത്തല്ലീ
ശുംഭ, നിൻ വിരലതാ, കീശയിൽ കാശെണ്ണുന്നു!

ലജ്ജയുണ്ടല്ലീ "കൊണ്ടുപോവുകിത്തയി"രെന്നു
ഗർജ്ജിപ്പാൻ? പക്ഷേ, നിനക്കാവില്ലാ തയിർശാതം

വിഴുങ്ങാൻ, നിന്നുള്ളിൽത്താനിരിക്കും മനസ്സാക്ഷി
വിടർത്തിക്കാണിക്കുന്നു നിന്റെ വീട്ടിലെച്ചിത്രം

ചുട്ട പപ്പടത്തിന്നായ് കൈപ്പുണ്യച്ചമ്മന്തിക്കായ്
കുട്ടികൾ കരയുമ്പോൾ ചുളിയും വരൾച്ചുണ്ടിൽ

അമ്മതൻ പഞ്ചാരവാക്കലിഞ്ഞുചേരാക്കഞ്ഞി-
വെള്ളവുമായിപ്പുലാവില ചുംബിക്കും ചിത്രം:

ഞെട്ടിയോ പെട്ടെന്നു നീ? നിന്റെ കൈ തയിർഗ്ലാസിൽ-
ത്തട്ടിയിട്ടതു വീണുടഞ്ഞതു ഭാഗ്യംതന്നെ! ■

മലവെള്ളം വന്നപ്പോൾ

"വല്യേട്ടാ, വല്യേട്ടാ,
വാതിൽ തുറക്കൂ, വല്യേട്ടാ,
മലവെള്ളത്തിൽ തോണികളിക്കാൻ
മണ്ടിവരൂ, വല്യേട്ടാ!"

"കണക്കുചെയ്യുകയാണനിയാ, ഞാൻ;
കളിച്ചുനിന്നാൽപ്പറ്റില്ല.
കളിച്ചുനിന്നാൽ ക്ലാസ്സിൽച്ചെന്നാൽ
കരണക്കുറ്റിക്കടികൊള്ളും."

"കണക്കുചെയ്യാം മറ്റൊരു ദിവസം,
കളികഴിയട്ടേ വല്യേട്ടാ!
ഇമ്മാതിരിയൊരു വെള്ളം വരവിനി-
യിജ്ജന്മത്തിൽക്കാണില്ല!"

"അടികൊള്ളേണ്ടതു ഞാനല്ലേ, അതി-
ലനുജന്നില്ലാ ചൂടല്ലേ?
കണക്കുചെയ്തിട്ടല്ലാതിനിയീ-
ക്കസാല വിട്ടെഴുനേൽക്കില്ല!"

"ഇടിഞ്ഞുവീഴും മഴമൂലം സ്കൂ-
ളടച്ചുവത്രേ, വല്യേട്ടാ!
മഴവെള്ളത്തിൽ തോണികളിക്കാൻ
മണ്ടിവരൂ, വല്യേട്ടാ!"

"അത്രയ്ക്കുണ്ടോ മഴ? ഓഹോ, ഞാ-
നക്കഥയൊന്നുമറിഞ്ഞില്ല.
എന്നാലുടനെച്ചാടിയെണീക്കാം.
വന്നാ വാതിൽ തുറന്നേക്കാം."

“കടലാസ്സുതോണികളേ, കടലാസ്സുതോണികളേ
കടലോളം പോയ്‌വരുവിൻ മലവെള്ളത്തിൽ
തിരിയാതെ മറിയാതെ ഞെളിയാതെ പിരിയാതെ
വിറയ്ക്കാതെ പോവും കപ്പൽപ്പടകണക്കെ

ഞങ്ങളുടെ മനസ്സിലെസ്സാഹസികത്വങ്ങൾപോലെ
ഞങ്ങളുടെ സഞ്ചാര കൗതുകങ്ങൾപോലെ,
ഞങ്ങളുടെയുള്ളിലുള്ളസങ്കല്പശക്തികൾപോലെ,
ഞങ്ങളുടെ കൈകളുടെ മിടുക്കുപോലെ,
കടലാസുതോണികളേ, കടലാസുതോണികളേ,
കടലോളം പോയ്‌വരുവിൻ മലവെള്ളത്തിൽ!” ■

കണ്ടവരുണ്ടോ?

എങ്ങട്ട് പോണു മുത്ത്യേമേ?
ചാത്തൂനെക്കണ്ട്വോ കുട്ട്യോളേ?

ചാത്തൂന്ന് പറയണതാരാണ്ടോ?
എന്റുണ്ണിപ്പേരക്കിടാവാണേ.

ഓനെത്ര വയസ്സായി മുത്ത്യേമേ?
ഓനഞ്ച് വയസ്സായി കുട്ട്യോളേ

കൂരച്ച നെഞ്ഞോ പുഴുപ്പല്ലോ?
അഴകുറ്റ നെഞ്ഞാണരിപ്പല്ലും.

കറുത്തിട്ടോ വെളുത്തിട്ടോ ചോന്നിട്ടോ?
അമ്പാടിക്കണ്ണന്റെ നിറമാണേ.

ഓടക്കുഴലുണ്ടോ ചാത്തൂന്?
ഓടക്കുഴലവന്നില്ലല്ലോ.

കാലിൽച്ചിലമ്പുണ്ടോ ചാത്തൂന്?
കാലിൽച്ചിലമ്പവന്നില്ലല്ലോ.

അരയിൽക്കിങ്ങിണിയുണ്ടോ മുത്ത്യേമേ?
വെള്ളിത്തുരടുണ്ടല്ലോ കുട്ട്യോളേ.

കാതിലയുണ്ടോ മുത്ത്യേമേ?
മിന്നിക്കടുക്കനൊന്നുണ്ടല്ലോ.

പീലിത്തിരുമുടിയുണ്ടോ മുത്ത്യേമേ?
നെറ്റിക്കുറുനിരയവന്നുണ്ടല്ലോ.

കുങ്കുമക്കുറിയുണ്ടോ മുത്ത്യേമേ?
ചുണ്ടത്തു തേൻചിരിയുണ്ടല്ലോ.

അതുകൊണ്ടും പോരല്ലോ മുത്ത്യേമേ?
കള്ളത്തിമിഴനുമാണല്ലോ.

മുടിങ്കോലുണ്ടോ ചാത്തുന്?
മുടിങ്കോലുണ്ടല്ലോ കുട്ട്യോളേ.

അതുകൊണ്ടും പോരല്ലോ മുത്ത്യേമേ?
മേയ്ക്കാൻ പയ്ക്കളമുണ്ടല്ലോ.

എന്നാലാച്ചാത്തൂനെക്കണ്ടില്ല.
കണ്ടില്ലെന്നായാലൊക്കില്ല.

പിന്നെന്തു വേണം മുത്ത്യേമേ?
എന്റുണ്ണിച്ചാത്തൂനെത്തരവേണം.

എപ്പളേ ചാത്തൂനെക്കാണാഞ്ഞു?
ഉച്ചക്കഞ്ഞിക്കു വന്നീലാ.

ഓനപ്പോളെന്തേ ചെയ്തീർന്നു?
പൈക്കളെ മേയ്ക്കാൻ പോയീർന്നു-

ആരുടെ പൈക്കളെ മേയ്ക്കുന്നു?
മനയ്ക്കലെപ്പൈക്കളെ മേയ്ക്കുന്നു.

എവിടെല്ലാം പൈക്കളെ മേയ്ക്കുന്നു?
പുല്ലുള്ള കുന്നിന്മേൽ മേയ്ക്കുന്നു.

എന്തിന്നു പൈക്കളേ മേയ്ക്കുന്നു?
അരിയിട്ട വെള്ളം കുടിക്കാലോ!

പിന്നെന്തേ കഞ്ഞിക്കു വന്നീല?
ചന്തിക്കൊന്നു കൊടുത്തേ ഞാൻ.

എന്തിനു ചന്തിക്കൊന്നു കൊടുത്തൂ?
കന്നിനെ മേയ്ക്കാൻ പോവാഞ്ഞിട്ട്.

പോവാതിരിക്കാനെന്തേ ചാത്തൂ?
കഴുവേറിത്തരമില്ലാഞ്ഞിട്ട്

കഴുവേറിത്തരമേറാനെന്തേ?
തലയിൽക്കേറ്റിയിരുത്താഞ്ഞിട്ട്

തലയിൽക്കേറ്റിയതാരേന്നും?
ഓനാകെയുള്ളൊരു മുത്ത്യേമ.

ഓനെപ്പെറ്റവളില്ലേന്നും?
ഓനെപ്പെറ്റവളില്ലല്ലോ.

പൊട്ടിമുളച്ചതോ ചാത്തു പിന്നെ?
അതിനവൻ തകരക്കൂമ്പല്ലല്ലോ.

മോളിന്നുതിർന്നതോ ചാത്തു പിന്നെ?
അതിനവൻ മാരിനീരല്ലല്ലോ.

എങ്ങനെ പിന്നവനുണ്ടായി?
പെറ്റൂ,പെറ്റവൾ ചത്തുംപോയ്.

എങ്ങനെ ചത്തു മുത്ത്യേമേ?
ദൈവം വന്നു വിളിച്ചിട്ടും ചത്തു.

പിന്നെങ്ങനെ ചത്തു മുത്ത്യേമേ?
നടപ്പിന്റെ ദണ്ണം പിടിച്ചിട്ടും.

ദണ്ണത്തിനുള്ള മരുന്നില്ലേ?
മരുന്നില്ലാഞ്ഞിട്ടല്ലല്ലോ.

അപ്പോത്തിക്കിരിമാരില്ലേ?
അപ്പോത്തിക്കിരീമുണ്ടല്ലോ.

പിന്നെന്തേ മോളെക്കൊന്നൂട്ടു?
പെറ്റവരാളെക്കൊല്ലില്ല!

മരുന്നു കൊടുക്കാഞ്ഞാൽ കൊലയല്ലേ?
കോരിക്കൊടുക്കണം ചില്ലാനം.

എണ്ണിക്കൊടുത്താലും പോരേന്നും?
അപ്പളും വേണം ചില്ലാനം.

എന്നിട്ടോ, ഞങ്ങള് പോണ്
വിടുമോ നിങ്ങളെ ഞാന്?

അതിനെന്താ കാരണം മുത്ത്യേമേ?
എന്റുണ്ണിച്ചാത്തൂനെത്തരവേണം.

കാര്യം പുലിവാലായല്ലോ
പുലിയും പൊറുതീലല്ലല്ലോ.

എവിടെത്തിരഞ്ഞു ചാത്തൂനെ?
കാട്ടിലും മലയിലും കണ്ടില്ല.

കൊളത്തിലും കെന്റിലും നോക്കീലേ?
പെട്ടീലടുപ്പിലും കണ്ടില്ല.

കൊടത്തിന്റുള്ളിലും നോക്കീലേ?
കോഴിക്കൂട്ടിലും കണ്ടില്ല.

ചാണക്കുഴിയിലും നോക്കീലേ?
നൂറ്റുക്കുടത്തിലും കണ്ടില്ല.

കിണ്ടിമുരലിലും നോക്കീലേ?
തൂശിത്തുളയിലും കണ്ടില്ല.

കണ്ണിന്നു വെള്ളെഴുത്തില്ലേടോ?
വെള്ളെഴുത്തൊക്കെയുമുണ്ടല്ലോ.

പിന്നെങ്ങനെ കാണും മുത്ത്യേമേ?
കരളിലെ കണ്ണെന്നൊന്നുണ്ടല്ലോ.

ഊന്നാനൊരു വടി കിട്ടീലേ?
എന്റൂന്നുവടിയല്ലേ പൊയ്പ്പോയി.

പോയോ? പോയതു കിട്ടില്ല,
തിയ്യോണ്ടമ്മാനമാടല്ലേ!

കണ്ടുവേ ഞങ്ങള് ചാത്തൂനെ?
എവിടെക്കണ്ടു ചാത്തൂനെ?

പുഴയിൽക്കണ്ടു മുത്ത്യേമേ!
എപ്പോൾക്കണ്ടു കുട്ട്യോളേ?

ഇത്തിരിനേരം മുമ്പാണേ
ഒന്നും ചാത്തു പറഞ്ഞില്ലേ?

ഒന്നും ചാത്തു പറഞ്ഞില്ല
പൈക്കളുമുണ്ടോ പിന്നാലെ?

പൈക്കളുമില്ലാ പിന്നാലെ
പൈക്കുന്നുണ്ടോ ചാത്തൂന്?

വയറുണ്ടങ്ങനെ ശിവശംഭോ!
ദാഹവുമില്ലേ ചാത്തൂന്?

ആറ്റിനടുത്തോ ദാഹം?
എന്തേ ചെയ്യിണു ചാത്തൂ?

നീങ്ങിപ്പോണു ചാത്തൂ?
തോണീലാണവനല്ലേ?

തോണീലല്ലാ ചാത്തൂ
മോട്ടറുവണ്ടീലാണോ?

മോട്ടറുവണ്ടീലല്ലാ
ഫുപ്ഫൂവണ്ടീലാണോ?

ഫുപ്ഫൂവണ്ടീലല്ലാ
കിണികിണിവണ്ടീലാണോ?

കിണികിണി വണ്ടീലല്ലാ
കാളോണ്ടീമ്മലാണല്ലേ?

കാളോണ്ടീമ്മലുമല്ലാ.
പൈക്കാലിമ്മലാണോ?

പൈക്കാലിമ്മലുമല്ലാ.
കാൽനടതന്ന്യാണല്ലേ?

എന്നാലങ്ങനെയല്ലല്ലോ.
നീങ്ങാനെന്താ വഴി വേറെ?

താഴുന്നൂ പൊങ്ങുന്നൂ നീങ്ങുന്നൂ.
എന്നെച്ചതിച്ചുവോ ദൈവം?

ചാവണ്ടാ മുത്ത്യേമേ ചാവണ്ടാ
ചാവാഞ്ഞാലും ചത്തതുതന്നെ

ഇപ്പോൾച്ചാത്തൂനെത്തന്നാലോ?
തന്നാലൊരുപിടി വെള്ളി

അതിനും മറ്റും കിട്ടുകയില്ല
എന്നാലൊരുമുറം പൊന്ന്.

അതിനും മറ്റും കിട്ടുകയില്ല
എന്നാലൊരുപറ മുത്ത്.

അതിനും മറ്റും കിട്ടുകയില്ല
ഭൂമീലുള്ളതു സർവം!

അതിനും മറ്റും കിട്ടുകയില്ല
എന്റുയിർ കൂടിക്കൂട്ടു

തല്ലില്ലെന്നൊരു സത്യം ചെയ്യൂ,
തല്ലില്ലവനെസ്സത്യം ചെയ്തൂ

നോക്കൂ, മാവിന്റെ കൗളിയിലാരാ?
അമ്പട കള്ളാ, വാടാ താഴെ.

തല്ലില്ലെന്നൊരു സത്യവുമുണ്ടേ.
തച്ചിട്ടില്ലാ പണ്ടും

ചന്തിക്കൊന്നു കൊടുത്തില്ലേന്നും?
വാഴേടെ നാരോണ്ടാണേ! ■

ഭാഗ്യവതി

ഗുരുവായൂരപ്പാ, നിൻ
തിരുമുറ്റം ഹർഷബാഷ്പവർഷത്താൽ
മെഴുകുന്നേൻ ആരുണ്ടി-
ന്നെന്നെക്കാൾ ഭാഗ്യമുള്ള വധു വേറെ?

ആരെത്താങ്ങിയെടുത്തി-
ട്ടാളുകളീ മണ്ഡപത്തിലെത്തിച്ചൂ
ആ മമ വല്ലഭനല്ലോ
സ്വന്തം കാലാൽ പ്രദക്ഷിണം വെപ്പൂ!

കണ്ടവരല്ലാതാരും
നമ്പുകയില്ലീ മഹേന്ദ്രജാലം തേ,
കൊണ്ടറിയാൻതന്നെയെനി-
ക്കിടവന്നതു പൂർവ്വപുണ്യപരിപാകം!

എല്ലാം ശരി; എന്നിട്ടും
മമ ഹൃദയം നിത്യവിസ്മയാധീനം!
എങ്ങനെ വിരചിച്ചാനെൻ
പ്രിയനീ നാരായണീയപരിതോഷം?

കൂവളമാലകൾതാനീ-
ത്താമരമാല്യം ചുഴിഞ്ഞുനോക്കുമ്പോൾ;
ശങ്കരനാരായണാഭി-
ന്നതതാനിങ്ങിക്ഷണത്തിലനുമേയം.

കാണാറാവും മുമ്പേ
തൃക്കണ്ടൂരമ്പലത്തിലെച്ചിറയിൽ
സ്നാനം ചെയ്തു കൊരുത്തേൻ
കൂവളമാല്യങ്ങളെത്ര ഞാൻ മുന്നം?

കൂവളമാല്യവുമേന്തി
പ്രാതസ്സന്ധ്യാസമേതയായ് ചെന്നേൻ,
സോപാനത്തിൽക്കണ്ണും
കരവും പൂട്ടിത്തളർന്നു ഞാൻ നിന്നേൻ.

ഒടുവിലുമാവല്ലഭരുടെ
സുരഭിലമാം സുപ്രസാദപുണ്യത്തെ
നിറുകയിലും നെറ്റിയിലും
പൂണ്ടു പിഷാരത്തും ചെന്നുകേറുമ്പോൾ,

അപ്പൊളുമെഴുന്നേറ്റിട്ടു-
ണ്ടാവില്ലാ മച്ചിൽ നിന്നു മണവാളൻ;
മാതുലനോ കോലായയിൽ
നാളക്കംവെച്ചിരിപ്പുമുണ്ടാവും.

ഉടനുൽക്കണ്ഠിതയായ് ഞാൻ
മണിയറയിൽച്ചെന്നു വിരൽമിടിക്കുമ്പോൾ
കങ്കണനാദശ്രുതികൊ-
ണ്ടാവാം, നേത്രം വിടർത്തുമെൻനാഥൻ.

"നോക്കൂ, സൂര്യനുദിച്ചു, നു-
കത്തോളം പൊന്തി"യെന്നു കേൾക്കുമ്പോൾ
ഏട്ടായ തുടയ്ക്കാതൊരു
ചാട്ടംചാടും പരിഭ്രമക്കാരൻ.

ഓടിപ്പോവുകയാണാ-
ക്കുലധർമ്മഭ്രംശഭീരു; പോകുമ്പോൾ
കവിടിക്രിയ കാണുന്നൂ,
കാലുകവച്ചങ്ങെടുത്തു ചാടുന്നൂ,

അപ്പൊഴുതല്ലോ സാക്ഷാൽ
തൃക്കണ്ടുരച്യുതപ്പിഷാരോടി
ചെറിയൊരു നസ്യത്താലെൻ
പതിതൻ സ്വപ്രത്യയത്തെ നോവിച്ചൂ!

ഇതു നിസ്സാരം, പക്ഷേ,
ഗുരുവായൂരപ്പനുണ്ടൊരുദ്ദേശം;
പട്ടേരിയിലുളവായീ
വിശ്വോത്തരഭട്ടപാദരന്നല്ലീ?

ക്ഷണികമൊരാത്മാന്വേഷണ-
മൊരുദിവസത്താൽ വിഭക്തിയായ്ത്തീർന്നു:
ഉത്താരകമത്താരക-
മിന്നോ ഉപസർഗ്ഗമുക്തഭക്തിരസം!

നേരിയൊരപമാനത്തിൻ
വേരിന്മേൽക്കായ്ച്ച കദളിയാലിപ്പോൾ
പീയൂഷാപ്ലാവിത നീ
ഭൂമിയിലെദ്ദേവഭാഷതൻ നാവേ!

ഗുരുവായൂരപ്പാ, നിൻ
തിരുമുറ്റം ഹർഷബാഷ്പവർഷത്താൽ
മെഴുകുന്നേൻ: മറ്റെന്തീ
ഭാഗ്യവതിക്കിന്നിയുള്ളു കർത്തവ്യം? ■

അലക്കുകല്ലിന്റെ ഭാഷ

പുഴമ്പാറക്കല്ലായിരുന്നെങ്കിലിന്നും
കുഴപ്പം യാതൊന്നും വരാതിരുന്നേനേ
ഇരച്ചൊഴുകുന്ന തണുപ്പിൽ കാലടി-
യുറപ്പിച്ചു നിർത്താൻ കരുത്തില്ലാഞ്ഞല്ലി
അഗാധതകളിൽ പതിച്ചു ഞാൻ? വീണ്ടു-
മടിയുറവിൽപ്പെട്ടുയർന്നുപോയി ഞാൻ?
കരകളിൽ മുട്ടിയുരഞ്ഞൊടുവിലി-
ക്കഴമുഴയില്ലാപ്പലകയായി ഞാൻ.
കരഞ്ഞീലെത്ര ഞാൻ, പൊരിഞ്ഞീലെത്ര,യെൻ
കരളിൽവെച്ചാരും പുറത്തു കേൾക്കാതെ?

***

മഴയൊഴിഞ്ഞപ്പോൾ ശരത്തായ്, മഞ്ഞിന്റെ
മറയും വന്നു,പോയ്, ഇലകൊഴിച്ചലാൽ
മരങ്ങളാനഗ്നം വെറുങ്ങലിക്കിലും
ചിരിച്ചല്ലോ പുനർവസന്തസംഗത്തിൽ.
ഒടുവിൽ വേനലിൽ മനുഷ്യജീവിക-
ളൊരുകുടം നീറ്റിന്നൊരായിരം കാതം
നടന്നിപ്പേർപെറ്റ പുഴമണൽത്തിട്ടി-
ലുലാത്തുമ്പോൾ, കാണും ശിലകളോരോന്നും
എടുത്തു ലാളിച്ചു തടവിനോക്കുമ്പോൾ
എനിക്കെന്തേ നെഞ്ചം കിടുകിടുക്കുവാൻ?

***

പുഴമ്പാറക്കല്ലു തിരഞ്ഞവനെന്നെ
പുഴക്കി കൊട്ടയിലെടുത്തുവെച്ചപ്പോൾ

അതെന്തിനാണെന്നു മനസ്സിലായില്ല;
മനസ്സിലായിട്ടും പ്രയോജനമില്ല;
നിലവിളിക്കുവാനെനിക്കു നാവുണ്ടോ?
കരയണമെന്നുണ്ടെ, നിക്കുണ്ടോ കൺകൾ?
ചെറുക്കണമെന്നുണ്ടെനിക്കുണ്ടോ കൈകൾ?
ചവിട്ടണമെന്നുണ്ടെ, നിക്കുണ്ടോ കാൽകൾ?
തലയിൽവെച്ചെന്നെച്ചുമന്നുവേർത്തവൻ
ചളിമണപ്പിച്ചാനവന്റെ കുപ്പായം

***

ഒടുവവൻ നിജഗൃഹപരിസര-
ക്കിണറ്റുവക്കത്തു പ്രതിഷ്ഠിച്ചപ്പോഴും
അവന്റെ വീട്ടിലെ വിഴുപ്പുകളൊട്ടു-
ക്കലക്കാനാണെന്റെ മുതുകെന്നോർത്തില്ല
ഇനിയെന്നിജ്ജന്മമെനിക്കു മോചന-
മനന്തപദ്മനാഭനായ്ത്തീർന്ന കല്ലേ?
അവിടുന്നും കൃഷ്ണശിലാപ്രപഞ്ചത്തി-
ന്നഭേദ്യാംശമായിട്ടടിയന്റെതന്നെ
ഉടപ്പിറപ്പായിട്ടമർന്നവനല്ലേ?
അപൂജിതനായിക്കിടന്നവനല്ലേ?

***

അമേയമാമേതോ പുരാണപുണ്യത്താ-
ലവിടുന്നാമ്നായപ്രപോഷിതനായി;
അടിയനോ, പൂർണ്ണശിലാവിഭിന്നനാ-
യടർന്നധഃപതിച്ചിവിടെയുമെത്തി;
പുഴമ്പാറക്കല്ലായ്ത്തുടർന്നെങ്കിൽപ്പക്ഷേ,
കുഴപ്പമിന്നും മേ വരാതിരുന്നേനേ.
അവസാനമിങ്ങുണ്ടൊരാശ്വാസം മാത്രം;
അലക്കുകാരനും ചരാചരങ്ങളെ
ഭരിക്കും ശാശ്വതപ്രപഞ്ചസത്തതൻ
പരസ്സഹസ്രാംശാവതാരമാണല്ലോ!

***

അലക്കട്ടെ മതിവരുംവരെ സ്വന്തം
വിഴുപ്പവനെന്റെ മുതുകത്തുതന്നെ.
അതെന്റെ വാഴ്വിലെ പ്രയോജനം; നാളേ-
ക്കുതകാവും പൊക്കിൾക്കൊടിയിലെപ്പദ്മം.
അനന്തതയിലാപ്പരിമളം ചുറ്റി-
പ്പടർന്നാലും കൊള്ളാം, പടർന്നില്ലെങ്കിലും
എനിക്കിനിപ്പകലൊടുങ്ങിടും വരെ-
സ്സഹിക്കണം മുതുകടച്ചിൽ: എന്നാലും
പുലർന്നിടുംവരെത്തളർന്നുറങ്ങിടാം
പിറകെ, ഞാനതിൽച്ചരിതാർത്ഥൻ സ്വാമിൻ! ■

ബലഭദ്രന്റെ ചിരി

നിളതൻ വാമതീരത്തെ-
ത്തുള്ളലിൻ ശ്വാസവായുവിൽ
അതിൻ ദക്ഷിണതീരത്തെ
വില്വാദ്രീശാങ്കഭൂമിയിൽ

പുനർജനിയിൽനിന്നാരീ-
യെഴുന്നേറ്റു വരുന്നവൻ,
പനന്തലപ്പത്തു തൂങ്ങും
കുടംചായ്ച്ചു കുടിപ്പവൻ?

ബലഭദ്രനിവൻ പെട്ടെ-
ന്നെന്തേ വഴിയിൽ നിൽക്കുവാൻ?
ഓരത്തപ്പച്ചെടിക്കുള്ളിൽ
നിൽപ്പൂ ഞാൻ സംശയത്തോടെ.

കാലടിക്കീഴിലെപ്പഞ്ച-
വർണ്ണത്തൂവലെടുത്തിവൻ
കുഞ്ഞിരാമക്കിളിയുടെ
കൂജനം ചെവിടോർക്കയോ?

സ്വന്തം ശിശുവിനെത്തേടി-
പ്പണ്ടീക്കുന്നിന്റെ പള്ളയിൽ
അലഞ്ഞ പൂതപ്പാട്ടിന്റെ
തേങ്ങലോ കണ്ടെടുത്തു നീ?

അരോഗദൃഢനാജാനു-
ബാഹു നീ വൃദ്ധയൗവനൻ
പുരുഷാകാരസങ്കല്പ-
സൗഭഗത്തിന്റെ മൂർത്തിയോ?

നിന്റെ വായ തുറക്കുമ്പോൾ
വിദ്യുജ്ജിഹ്വാഞ്ചലങ്ങളാൽ
ഉതിരും ശീതളജ്ജ്വാല
ഞങ്ങൾക്കുദ്ബോധമേളനം.

ഭവാന്റെ ചൂർണികാഗദ്യം
പദ്യത്തെക്കാൾ പ്രഭാമയം;
തിരുകുന്നുണ്ടതെൻ വായിൽ-
പ്പൂതുപ്പൂവൻപഴങ്ങളോ?

ഞങ്ങൾക്കുള്ളിൽത്തിമിർക്കുന്ന
ലില്ലിപ്പുഷ്യനഹന്തകൾ
ഞെളിഞ്ഞു പിരിയാനെന്തേ?
ജവാൽക്കണ്ണു തുറിക്കയോ?

ചെറുനാവിൽക്കോർത്തുപോയോ
മൊട്ടുസൂചി? ചിരിക്കയോ
കരയുമ്പോൾത്തന്നെ ഞങ്ങൾ-
ക്കുള്ളിൽച്ചൂളുമഹന്തകൾ?

'അരതാമര'യിൽത്തത്തും
ബിൽഹണപ്രതിഭാങ്കുരം
ഞങ്ങൾക്കുള്ളിൽ ഫ്രോയിഡിന്റെ
ജയധ്വനി മുഴക്കിയോ?

വിർജീനിയാ വുൾഫിനുള്ള
ശബ്ദബോധവിവർത്തനം
നുണയ്ക്കയോ താരകങ്ങൾ
ഞങ്ങൾതൻ നീലരാത്രിയിൽ?

കണ്ഠനാളങ്ങളഴകിൽ
കുനിയെബ്ക്ഷഭക്ഷ്യസാധനം
ആനപ്പിണ്ടം പോലുരുട്ടി
വാതോരാതെ ബ്ഭുജിപ്പവർ

ഞങ്ങളോർക്കുന്നു ചൊവ്വല്ലു-
രന്യോന്യത്തിന്റെ വൈഭവം,
മൂക്കും മുലകളും പോയ
വാക്കിൻ സൗന്ദര്യഭീഷണി.

ഞങ്ങളത്ഭുതബീഭത്സ-
ഭാവഹാവവശംവദർ
ചിരിച്ചിട്ടും ജരച്ചിട്ടും
മരിച്ചിട്ടു ജനിയ്ക്കവേ

നടന്നു പോകയോ കാലു
നീട്ടിവെയ്ക്കും മഹാബലൻ
ദില്ലിയ്ക്കല്ലെ,ക്യരാഷ്ട്രീയ-
സോപാനങ്ങൾ മെതിക്കുവാൻ?*

ഭാഷയ്ക്കുള്ളിൽ ഭാഷ തീർത്ത
നർമമേ, വിജയീ ഭവ!
ലോകദുഃഖലവം വറ്റി-
യാലോ നിന്നംശുമാലയാൽ! ■

* വി.കെ.എൻ. ദേശീയ അവാർഡു നേടിയപ്പോൾ എഴുതിയത്.

അടുത്തൂൺ

പട്ടണമോടിക്കിതച്ചെന്റെ വാതിലിൽ വന്നു
മുട്ടി വാത്സല്യത്തോടെക്കുശലം ചോദിക്കുന്നു:
"അടുത്തൂൺ പറ്റി സ്വന്തം ഗ്രാമത്തിലൊരു മാസം
മടുപ്പൻ വൈചിത്ര്യരാഹിത്യത്തിലുയിർത്തോനേ,
ഇച്ചാരുകസേലയിൽ ഭൂതകാലാഹ്ലാദത്തി-
ന്നുച്ഛിഷ്ടം നുണച്ചുകൊണ്ടിരിക്കും പാവത്താനേ,
മതിയായില്ലേ നിനക്കേകാന്തനിദ്രാണത്വം?"
ഗതിമുട്ടിയ ഞാനൊരുത്തരം കണ്ടെത്തുന്നു:
"മുറ്റത്തു വർഷം തോറും വിടർന്നു വാടാറുള്ള
മുക്കുറ്റിപ്പൂവിന്നിതളെത്രയെന്നറിയാതെ
അമ്പത്തൊമ്പതു വർഷം കടന്നുപോയെന്നുള്ളൊ-
രമ്പരപ്പാണീ മുഹൂർത്തത്തിലെന്നന്തർഭാവം.
പറവൂ നിസ്സന്ദേഹമിന്നു ഞാൻ മുക്കൂറ്റിപ്പൂ
കരളിൽത്തുടുപ്പോലുമഞ്ചിതളുകളത്രേ."

***

പിന്നെയും മാസം രണ്ടു നീങ്ങവേ, സുവിനീത-
മെന്നാത്മസദനത്തിൽ സുപ്രഭാതത്തോടൊപ്പം
ജീപ്പിൽ വന്നിറങ്ങുന്നു നഗരം വീണ്ടും; കാതിൽ-
കേൾപ്പൂ ഞാൻ: "ഇപ്പോളെന്തു ചെയ്‌വു നീ ജീവാത്മാവേ?
മൂന്നു മാസമായല്ലോ ഗ്രാമജീവിതത്തിന്റെ
മൂകവേദനയിങ്കൽ നീ മുങ്ങിക്കിടക്കുന്നു!
മടുത്തില്ലയോ നിനക്കേകതാനത?" ഞാനോ,
മനസ്സിൽപ്പരക്കംപാഞ്ഞൊടുവിൽപ്പറയുന്നു,
"മുക്തകണ്ഠം ഞാനിന്നു ഘോഷിപ്പൂ നിസ്സന്ദേഹം
മുറ്റത്തെ നിലപ്പനപ്പൂവിനാറിതളത്രേ!" ■

കന്യാകുമാരിയിലെ കക്കകൾ

ഇളകും [1]'കോച്ചി'ന്നുള്ളിലിരിക്കെബ്ഭാവിച്ചേനുൽ-
പ്പുളകം പ്രശസ്തമാസ്സൗന്ദര്യസങ്കേതത്തെ
ആദ്യത്തെക്കരത്താലുമന്ത്യമാം കരത്താലു-
മാദിത്യനൊരേ മട്ടിലാരിലോ കനിയുന്നു,
വരനെ പ്രതീക്ഷിച്ചുമിരിപ്പപ്പൂമാലയു-
ദ്വഹിച്ചും നിന്നീടുമാ[2]'ക്കന്യ'തന്നാവാസത്തെ!
മുന്നമെൻ പിതാമഹനവിടെപ്പോയിക്കൊണ്ടു-
വന്നതാണി,ന്നും കാണാമില്ലത്തെച്ചുമരിന്മേൽ
ചെറുതും വലുതുമാം ശംഖമാലകൾ, തീർത്ഥ-
പരിസേവയാലീട്ടം കൂടിയ സുകൃതങ്ങൾ.
അവയും കഴുത്തിലിട്ടാടുമ്പോൾത്തിമർക്കുമ്പോ-
ളവിരാമമായ്ച്ചോദിച്ചീടുമാറുണ്ടെൻ ബാല്യം:
ഭാരതം, ചിരരക്ഷാകർത്താവാം തനതിന്ത്യാ-
വാരിധിക്കർപ്പിക്കുമാക്കൂപ്പുകൈമൊട്ടിൻ തുമ്പിൽ
ഭൂരിശാന്തിദമായിക്കാൺകയാൽത്തപോലീന-
ഭൂതനാ[3]'യാനന്ദൻ' പണ്ടിരുന്നീടിന ദിക്കിൽ,
[4]ഉള്ളൂരിന്നഗാധാപാരാശയത്തിങ്കൽത്തടം-
തല്ലിയ നിരോധാതീതോല്ലേഖകല്ലോലങ്ങൾ

---

1. കൂടുതൽ ഉദാരമായ ബസ്സ്.

2. യൗവനം പ്രാപിച്ച മഹിഷാസുരമർദ്ദിനി തപസ്സുമൂലം ശിവനെ പ്രത്യക്ഷീഭവിപ്പിച്ചു തന്നോടു കൂടി രമിക്കുവാനാവശ്യപ്പെട്ടു; സർവ്വസംഹാരകാലത്തു താനതുചെയ്തുതന്നേയ്ക്കാം എന്നു ശിവൻ ഏറ്റു. ആ മഹിഷാസുരമർദ്ദിനിയാണ് ഇരിപ്പപ്പൂമാലയുമേന്തി കന്യാകുമാരിയിൽ കാത്തുനില്ക്കുന്നത് - ഇത്രയും ഐതിഹ്യം.

3. സ്വാമി വിവേകാനന്ദൻ സമാധിയിലിരുന്നതെന്നു പറയപ്പെടുന്ന പാറക്കൂട്ടം കന്യാകുമാരി ക്കടലിൽ കാണാമെന്ന് അനുഭവജ്ഞന്മാർ പറഞ്ഞതായി കുട്ടി ഓർക്കുന്നു.

4. മഹാകവി ഉള്ളൂരിന്റെ 'കന്യാകുമാരിയിലെ സൂര്യോദയം' എന്ന പ്രസിദ്ധ കവിത കുട്ടി വായിച്ചിട്ടുണ്ട്.

ആലോലമിളകുന്ന താമരത്താരിൻ ചുണ്ടി-
ലാലിപ്പഴത്തെപ്പോലെ വീണതെ,ങ്ങദ്ദേശത്തിൽ,
എന്നെനിക്കെത്തിച്ചേരാൻ സംഗതി വരും? ശരി-
ക്കെന്നു ഞാൻ തീർത്ഥസ്നാനപുണ്യവാനായിത്തീരും?

2

ഇളകും 'കോച്ചി'ന്നുള്ളിലിരിക്കെക്കണ്ടൂ ഞാനുൽ-
പുളകമുപബോധചിത്രിതസ്വർല്ലോകത്തെ:
ശബളാഭമാം മഴവില്ലുകളുടുത്തുല-
ച്ചവിടെദ്ദിവാനിശമാടുന്നൂ ദേവസ്ത്രീകൾ,
കടലിൽക്കുളിക്കുവാനവിടം പ്രാപിക്കുന്നൂ
മടവാർമണിമാരൊത്തുദയാസ്തമയങ്ങൾ!
വാരൊളിമുക്താഫലമെന്നുമാ പ്രവിശാല-
വാനിലും വിളയുന്നൂ, താരമാക്കടലിലും!
അവിടെ സ്നേഹത്തിന്റെ ഗീതവും പാടി,ദ്ദിവ്യ-
കവിയാം പവമാനനെത്തുന്നൂ നിശീഥത്തിൽ;
ഏഴിലമ്പാലപ്പൂവിൻ മണത്തിൽത്തലതിരി-
ഞ്ഞേറ്റുപാടുന്നൂ മുഗ്ദ്ധഗന്ധർവ്വമിഥുനങ്ങൾ!
നീലച്ച നിലാപ്പട്ടുംപുതച്ചു മയങ്ങുന്ന
പാലൊളിപ്പുളിനങ്ങളാകവേ തരിക്കുന്നൂ!

3

ഇളകും 'കോച്ചി'ന്നുള്ളിലിരിക്കെ സ്വപ്നംകണ്ട
പൂരുപുണ്യാവാസത്തിലെത്തിയ നേരത്താട്ടേ,
വീർപ്പിടാനയച്ചില്ല, ചുറ്റിലുമെത്തിക്കൂവീ
*'കേപ്പുഹോട്ട'ലിൻ മുന്നിലിഴയും ജനക്കൂട്ടം
'എങ്കിട്ടെയിരുക്കയ്യാ, പെരിയ മാലൈ!' - 'വാരു,-
മെങ്കിട്ടെത്താനേ ചിന്ന മാലൈകളിരുക്കയ്യാ!'
അമ്മമാ,രമ്മൂമ്മമാർ, ബാലമാർ, ബാലന്മാരു-
മമ്മനുഷ്യാബ്ധിക്കുള്ളിൽപ്പൊങ്ങുന്നൂ, താണീടുന്നൂ,

---

* കന്യാകുമാരിയിലുള്ള ഏറ്റവും വലിയ പരിഷ്കൃത ഹോട്ടൽ. ഇതിന്റെ മുന്നിലാണ് വാഹന ങ്ങൾ ചെന്നുനില്ക്കുക.

പല ഭംഗികളോലും ശംഖമാലകളുണ്ടാ
വിരലിലോരോന്നിലും തൂങ്ങിനിന്നുലയുന്നൂ.
അതിലും മികവുറ്റ ശോഭനവർണ്ണങ്ങളാ
ഹൃദയങ്ങളിൽത്തൂങ്ങിക്കളിക്കുന്നുണ്ടാം, പക്ഷേ,
ആ മുഖങ്ങളിലില്ലാ ചോരയോ നീരോ; കണ്ണി-
ന്നാഴത്തിൽ തളംകെട്ടിക്കിടപ്പാണിരുളുകൾ.
തങ്ങളിലുന്തിത്തള്ളി മുന്നേറിക്കാടൻചിരി
തഞ്ചുന്ന മുഖത്തോടീപ്പാഴെലിമ്പാകാരങ്ങൾ
മൂന്നു വാരിധികളുമൊന്നിച്ചു മുഴക്കുന്ന
മൂകതാസദൃശമാമേകതാനാക്രോശത്തെ
പരുഷസ്വരങ്ങളാൽക്കീറിക്കൊണ്ടർത്ഥിക്കുന്നൂ
കരയും കരളോടെ നിന്നു കേൾക്കുന്നൂ ഞങ്ങൾ,
'എങ്കിട്ടെയിരുക്കയ്യാ, പെരിയമാലൈ!'..'വാരു
മെങ്കിട്ടെത്താനേ ചിന്ന മാലൈകളിരുക്കയ്യാ!'
ദുർമ്മണം പരത്തുന്നൂ കോലങ്ങൾ! അയ്യോ, ശരി-
ക്കമ്മ പെറ്റുണ്ടാവുന്ന മർത്ത്യരാണിവരെന്നോ!
ഹൃത്തുടിപ്പിനെ സ്ഫുടം ചെയ്തുകൊണ്ടെന്നില്ലത്തു
ഭിത്തിമേലിന്നും തൂങ്ങും ശംഖമാലകളൊക്കെ
കൊരുത്തെൻമുത്തച്ഛനു വിറ്റതീച്ചളിക്കെട്ടിൽ-
ക്കുരുത്ത പാപത്തിൻ കോൽവിരൽത്തുമ്പുകളല്ലി!
സത്രത്തിന്നുപാന്തത്തിൽ പാതചാരിയായന്നാ-
ളെത്തിയ മുത്തച്ഛനും കേട്ടതീ മുറയാവും:
'എങ്കിട്ടെയിരുക്കയ്യാ, പെരിയ മാലൈ!... 'വാരു,-
മെങ്കിട്ടെത്താനേ ചിന്ന മാലൈകളിരുക്കയ്യാ!'

4

വിലയും കൊടുത്തോരോ മാലയും വാങ്ങി,ത്തെക്കേ
വിരിവെൺമണലിലേയ്ക്കിറങ്ങീ മന്ദം ഞങ്ങൾ,
വെള്ളാരങ്കണ്ണുള്ളോരായില്ലാത്തോരായി,ത്തൊലി
വെള്ളയും കറുപ്പുമായ്, പെണ്ണായിട്ടാണായിട്ടും,
ചെമ്പിപ്പോ കറുപ്പോ തൂവെണ്മയോ മുടിക്കുള്ള
കുമ്പക്കാരായി,ക്കഷണ്ടികളായ്,ക്കോലന്മാരായ്,
ചപ്പിയോ ചപ്പാതെയോ മൂക്കുള്ളോരായും, കറു-
ത്തൊട്ടിയോ ചോരച്ചിട്ടോ ചുണ്ടുകളുള്ളോരായും,

ഭിന്നഭാഷക്കാരായി, ഭിന്നവേഷക്കാരായി,
ഭിന്നദേശാചാരാനുഷ്ഠാനശീലക്കാരായും,
ഇമ്മഹാഗോളത്തിന്റെ പലഭാഗത്തും നിന്നു
വന്നവർ, എന്നാലിന്നീ 'ക്വേപ്പുഹോട്ട'ലിന്നുള്ളിൽ
രാജകീയമാം സുഖമൊരുമിച്ചുണ്ടുംകൊണ്ടേ
രാജിപ്പോർ, എങ്ങും ചുറ്റിത്തിരവൂ ചുറുക്കോടെ.
അന്നത്തെത്തീർത്ഥാടകരാരുമില്ലിതി,ലെല്ലാ-
മിന്നത്തെഗ്ഗവേഷണശീലരാണെങ്കിൽക്കൂടി
ശംഖമാലയ്ക്കും മാലക്കാരുടെ ദീനാക്രന്ദ-
രിംഖണത്തിനുമില്ലാ പരിവർത്തനമെന്നോ!

5

പിന്നെയും നീങ്ങി ഞങ്ങൾ: കിഴക്കും തെക്കും മേക്കു-
മൊന്നാകെ മുന്നിൽച്ചീറിച്ചിരിപ്പു രത്നാകരം.
ഉഗ്രദംഷ്ട്രകളേന്തിക്കുതറുമനാദ്യന്തോ-
ദഗ്രകർമ്മാവിജ്ജന്തു തുപ്പുന്നൂ നീളേനീളേ
ആയിരം നാവാലനേകായിരം കക്കത്തുണ്ടി-
ത്തീരത്തിൽ; നാളെജ്ജീവൻ വെട്ടിചാമിവയ്ക്കൊക്കെ!
ചിലമ്പും കുഴിതാളംപോലെയാം കര,ളുഴ-
ഞ്ഞുലയും വീണക്കമ്പിപോലെയാം സിരകളും
ചുളിവീണൊലിപോയ ഗഞ്ചിറകണക്കുള്ള
വയറുംകൂടിപ്പെയ്യും നേർത്തുപോം മേളത്തോടെ
നാളത്തെസ്സന്ദർശകന്മാരുടെ മുന്നിൽശ്ശംഖ-
മാലകളുയർത്തിയീക്കൈകളാവർത്തിക്കും
ഏതോ മൽപിതാമഹനിന്നലെക്കേട്ടൂ, ഞാനി-
ന്നേതുര കേൾക്കുന്നൂ, പരുഷോച്ചമാദ്ദീനാലാപം:
'എങ്കിട്ടെയിരുക്കയ്യാ പെരിയ മാലൈ!' ....'വാരു
മെങ്കിട്ടത്താനേ ചിന്ന മാലൈകളിരുക്കയ്യാ!'

6

നരിമീൻപറ്റംപോലിസ്സത്യമെൻ സ്വപ്നത്തിന്റെ
കരളിൽക്കൊത്തിക്കൊത്തിച്ചുണ്ടുകൾ ചുവപ്പിക്കേ,

വിറച്ചൂ മമാത്മാവിൽക്കന്യതൻ രൂപം, മങ്ങി-
ക്കറുത്തൂ ചരാചരവസ്തുക്കളെല്ലാമൊപ്പം.
കക്കയേ ജീവാത്മാവെന്നെണ്ണുമിദ്ദേശം ചുടു-
കണ്ണുനീർക്കടലിലേയ്ക്കാണ്ടുപോം മുനമ്പത്രേ!
ഇവിടെപ്പുഷ്പിക്കുന്നില്ലാകമ്രപ്രഭാതങ്ങ,-
ളിവിടെപ്പുലരുന്നില്ലുജ്ജ്വലദിവസങ്ങൾ.
ഇവിടെക്കുടക്കീഴിലുള്ളതേ നഭസ്സെന്ന-
തി,വിടെജ്ജലധികൾ കേവലം നീരാഴികൾ,
ഇവിടെക്കരാളാമാവാസിയേ കൂത്താടുന്ന,-
തിവിടെച്ചെകുത്താന്റെ വാഴ്ചയേ ജയിക്കുന്നൂ,
പാതകഫൂൽക്കാരത്താൽ, പ്പകതന്നലർച്ചയാൽ-
പ്പാപമായ്,പ്പാതാളമായ് ത്തീർന്നതാണിന്നീ രാജ്യം!

5

'അസ്വസ്ഥഹൃത്തോ നീയീശ്ശാന്തിതൻ തൃക്കോവിലിൽ?'
മത്സഖാവന്വേഷിയ്ക്കെപ്പുഞ്ചിരിക്കൊണ്ടേൻ മന്ദം,
'ഹന്ത, ഞാൻ മനശ്ശാന്തിതേടിയേ വന്നേനിങ്ങു:
പന്തളത്തെന്നാൽ പന്തംകൊളുത്തിപ്പടയത്രേ!' ■

ജാതകർമ്മം

"കുട്ടികളയ്യാ, നിർവൃതി പെയ്യും
കുട്ടികളല്ലോ ദൈവങ്ങൾ!"

സീമന്തപ്രിയസന്താനത്തെ
ക്കോൾമയിരോടെയെടുത്തപ്പോൾ

അച്ഛൻ കണ്ണിൻ കടകളിലുതിരുമൊ-
രശ്രുവിലൂടെച്ചിന്തിച്ചു,

"കുട്ടികളയ്യാ, നിർവൃതി പെയ്യും
കുട്ടികളല്ലോ ദൈവങ്ങൾ!"

കരയും ശിശുവിൻ തളിരധരത്തിൽ-
ക്കാഞ്ചനമോതിരവക്കാലേ

മധുവും ദധിയും ഘൃതവും ചേർത്തതി-
മധുരസ്നേഹഭരത്തോടെ

മൂന്നുരു കോരിയൊഴിച്ചൂ താതൻ;
മൂകം ജനനി സമീക്ഷിച്ചൂ-
കരയാതായീ ശിശു പെട്ടന്ന,തി-
നറിയാം നൊട്ടി നുണയ്ക്കാനും!

നിത്യനിരങ്കുശമായാമോഹന-
ശക്തിവിശേഷമതീക്ഷിക്കേ

കണ്ണിൽപ്പൊടിയുമൊരശ്രുകണത്തിൽ-
ക്കണ്ടുപിടിച്ചാനന്നച്ഛൻ,

"കുട്ടികളയ്യാ, നിർവൃതി പെയ്യും
കുട്ടികളല്ലോ ദൈവങ്ങൾ!" ■

കാളി

പടിക്കലെക്കണ്ടം കൊയ്യ്ണ തെവസം പാലക്കാട്ട്
പടിച്ച്ണ തമ്പ്രാൻ നാട്ടില്വന്നേ കൊയ്ത്ത് കാണാൻ.
നീലിടെ മോളാക്കാളിപ്പെണ്ണിന് തമ്പിരാന്റെ
പാലക്കാടൻപാപ്പാസ് കണ്ടിട്ടതിശം വന്നേ.
കാലൊറ കണ്ടിട്ട് കാളിപ്പെണ്ണിനൊരമ്പരപ്പ്,
കോലം കണ്ടിട്ടോളക്കുള്ളില് കിരുകിരുപ്പ്!
വായലെ നാവിന് നീളം കൂടിയ ചക്കി ചൊല്ലി:
"വായ വളന്ന് നോക്ക്ണ കണ്ടാ മൂപ്പത്ത്യാര്?"
"അജ്ജേജാന്റെ പാമേ", കാളീടുള്ളിലൊരാളലാളീ:
അസ്സല്കാര്യം! നോക്കണതാരിനെ? തമ്പിരാനെ!
എടവും വലവും പെണ്ണതിനേഷം തിരിഞ്ഞിട്ടില്ല;
കടലിലെ കണ്ണൻ മോളടെ കണ്ണില് ചാടീട്ടില്ല!
പാവം തോന്ന്ണ്-വേക്കംവേക്കം നെല്ല് കൊയ്ത്
പാടത്തങ്ങനെ നിന്നൂ പെണ്ണൊരു മാന്പോലെ!
പാകം വന്ന് പയിത്ത പൂവ്വൻ കായപോലെ
പാടേ മഞ്ഞപ്പണിഞ്ഞ കുട്ടിത്തമ്പിരാനോ,
ചിക്കനെ ചിക്കനെ ലാത്തി നടന്നേ വല്യവരമ്പിൽ;
കുറ്ക്കന് കണ്ണാക്കോയിക്കൂട്ടീന്ന് പോരലില്ലേ!
തേക്കിന് വെച്ച തുലാത്തിനെപ്പോലെക്കൂന്ന്കൂന്ന്
മൂക്കിന് താഴെക്കൊയ്തേ ഇമ്മടെയെണ്ണമൈലി.
ഓളടെ മാറില് നീലത്താമര മൊട്ട്പോലേ
കാണ്ണ് പതിനേഴാമത് വയതിൻ വമ്പൊളപ്പ്.
എളകിപ്പോയേ കുട്ടിത്തമ്പ്രാനുള്ളിലൊരിമ്പം-
ഉലകിലെ മനിതമ്മാരിക്ക് പമ്ടേ കേറ്ണ കമ്പം.
അങ്ങനെ മകരോം പോയേ; വെള്ളം തേവിത്തേവി
എങ്ങടെ പൊലയര് പാർപ്പേ പുഞ്ചപ്പാടത്തായേ.

നെല്ലിന് പള്ള കനത്ത് ചൊവന്നേ; തമ്പിരാന്റെ
വല്ലം നെറയെപ്പുഞ്ചപ്പാടം പെറ്റ്വീണേ.
പെണ്ണിനെപ്പറ്റിപ്പാട്ടും വീണേ, കുട്ടിത്തമ്പ്രാൻ
പിന്നത്തെക്കൊല്ലം പാലക്കാട്ട്ക്ക് പോകും മുമ്പേ
പറയ്ണ് കുട്ടിത്തമ്പ്രാനാണെന്നാള്കളൊക്കെ;
ചെറുമനിതമ്മാർ കൂട്ണദിക്കിൽച്ചിരി പരന്നേ.
വല്യമ്പ്രാനുമറിഞ്ഞേ, കോപം മൂക്കത്തായേ;
വല്യമ്പ്രാട്ടിക്കവിട്ന്നങ്ങട്ട് ചോറ് വേണ്ടാ.
പടിഞ്ഞാറ്റേമ്പീന്നെറങ്ങല് മാറീ കുട്ടിത്തമ്പ്രാൻ:
പറഞ്ഞേമ്പിപ്പറഞ്ഞിട്ടംശം മുഴുവനുമോടീ കള്ളി.
എന്തിന് പറയിണ്? കാളീം നീലിം പടിയിറങ്ങി;
സൊന്തക്കാരും പിന്നോറ്റിനെക്കണ്ടാൽപ്പേടിച്ച് മാറി.
“എങ്ങട്ടേങ്കിലുമാട്ടേ, പോട്ടേ ശൂന്യം,” തമ്പ്രാൻ;
എങ്ങട്ടു പോകും കൊടവയറുംകൊണ്ടോറ്റ രണ്ടും?
ഒടുവപ്പത്താം മാതം പെണ്ണിന് നോവ് വന്നു;
പടിവാതുക്കൽപ്പെറ്റുപെണ്ണൊരു പാതിരനേരം.
വെള്പ്പിന് വല്ലിച്ച തമ്പ്രാൻ വന്നേ, പടി തൊറന്നേ;
വെളിയില് മൂന്ന് ശവങ്ങളിരിക്ക്ണ്, ചകനം നന്നേ!
മൂക്ക് വിറക്ക്ണ്, കണ്ണ് ചൊവക്ക്ണ് തമ്പിരാന്റെ;
മൂപ്പര് കാലുമുയർത്ത്ണ്, കുട്ടിച്ചാത്തന്മാരേ!
വേലീമ്മെച്ചാഞ്ഞും കണ്ണ് നെറഞ്ഞും നിന്നേ പോയേ
വായലെ നാവിന് നീളം കൂടിയ ചക്കിപോലും! ■

തൊയിരം മേണം

കെഴക്കേപ്പൊരക്കലെച്ചക്കനെക്കഴിച്ചേചെക്കനുള്ളു
കെളക്കാനാണെങ്ങിക്കെളക്കാ,നല്ലെങ്ങിക്കന്ന് പൂട്ടാൻ.

ഓനേപ്പോലൊരു മനിതൻ പൂമീലോനൊരുത്തൻ:
കാണാനെന്തൊരു ചേലാണേ, കരിവീട്ടിപോലേ!

എണക്കത്തിലായാലാർക്കും ചക്കനൊരൂന്നുകുറ്റി;
നൊണത്തംപിടിച്ചാൽപ്പഹയൻ പിന്നൊരു പൂസിലാണ്ടി!

കറ്മ്പിപ്പയ്യിന് പാല് ചൊരക്ക്ണ ചേലിന് പണ്ട്
കറ്ക്കടമാതം കാലത്തൊരുകുറി ലാവുതിച്ചേ;

ചോലക്കുന്നിന്റെ തൂന്നാടീമ്പില് തളിര് ചോന്ന്
പാല വെളങ്ങീ; കൗളീലൊരു കിളി പാടീ പാട്ട്.

തന്നത്താനൊരു പിടിയരിയിട്ട് കഞ്ഞി വെച്ച്
തന്നത്താനത് മോന്തീങ്ങാഞ്ഞിട്ട് പായ വിരിച്ച്

കണ്ണ് മിയിച്ച് മലന്ന് കെടന്ന് നെനച്ച് ചക്കൻ,
"കട്ടംതന്നെ,യൊരാളില്ലിന്റെ പൊരക്കലെങ്ങും;

മൂലക്കലെല്ലാം ചെതലാണിന്റെ മനസ്സ് പോലെ;
മോളില് മുഴുവൻ മാറാലകളും കൂടുകെട്ടി..."

നായും പട്ടീം കെട്ടിമറിഞ്ഞേ കന്നിനെലാവിൽ:
നാലു പൊറത്തും സപ്തംകൊണ്ടൊരു വേലപൂരം!

ഓന്റെ പൊരക്കലൊരാളില്ലാഞ്ഞിട്ടെടങ്ങറായീ:
ഓനൊരു തെവസം പെണ്ണിനെക്കെട്ടാൻ പൂതി തോന്നി.

മനക്കലെത്താഴം കൊയ്യാൻ പോക്ണ ലക്ക് നോക്കി
മയത്തില്ക്കൂടീ,നീലിനെ വീരൻ പാട്ടിലാക്കീ.

ഓളൊരു പുവ്വാങ്കുറുന്തിലപോലെ മുഴുത്ത പെണ്ണ്;
ഓളക്കും പണ്ടേ ചക്കന്റെ പെരടീലുണ്ടൊരു കണ്ണ്!

സന്ധുപറഞ്ഞ് പിടിച്ച് വര്ബൊപ്പോത്യമായീ
തന്തയ്ക്കും തള്ളയ്ക്കും-പെണ്ണിന്റെ മനസ്സും സാത്യമായി.

ചക്കന്റോടത്തെ മൂക്കും മൂലേം ചൂല് തട്ടീ;
ചിക്കനെ ചക്കനൊരാടും വാങ്ങീ ജോറ് കുട്ടീ.

മുറ്റത്തെറാലില് കുമ്പളവിത്ത്കളോറ്റ നട്ടൂ;
തെറ്റത്ത് നാലഞ്ച് മയിസൂർപ്പൂവൻ കന്നും വെച്ചൂ.

കണ്ണേങ്കാവിലെ വേലക്കളത്തീന്ന് കല്ല വാങ്ങീ;
പെണ്ണിന്റെ കണ്ണ്ന് പോതിക്കാഞ്ഞിട്ടത് മാറി വാങ്ങീ.

ചക്കേലീച്ചകണക്ക്നെണങ്ങിച്ചേർന്നേപ്പിന്നെ
ചക്കനും നീലിക്കും കാക്കകരേംവരെക്കളിചിരിതന്നെ!

ഒറ്റക്കൂമ്പിനെണച്ചം പൊട്ടി വിരിഞ്ഞോലയും
വെറ്റക്കൊടിക്കീത്തനുമകരത്തിൽക്കളിചിരിതന്നെ!

വെള്പ്പിനെണീച്ചോലിത്തിരിപ്പോറം കഞ്ഞിമോന്തി
ബറ്ക്കനെ നിന്നൊരു ഞായം വെച്ച് പണിക്കെറങ്ങും.

തൊട്ടാവാടി പടർന്നൊരു തണലത്താട്ടിനെക്കെട്ടി
തൊട്ടുതലോട്ണ നീലിക്കൊരുമ്മ കൊടുക്കും ചക്കൻ.

മേലാൻ വന്ന് വിളിക്ക്ണ്, "ചക്കാ, നീലിയില്ലേ?"
നീലി ചിരിക്ക്ണ്, "മേലാനിന്റമ്മോ, കണ്ണ് പോയേ."

"കണ്ണില്ലാഞ്ഞിട്ടല്ലടി," കണ്ട്പിടിക്ക്ണ് ചക്കൻ,
"കണ്ണിരുളൂല്ലേ അന്നേക്കണ്ടാൽക്കണ്ടോല്ക്ക്?"

ഓലെല്ലാംപാടെച്ചിരിച്ച്മറിഞ്ഞേ; മേലാൻ പറഞ്ഞേ
"ഓലമൊടച്ചില് വേണം നീല്യേ, നീയ് വായോ"

മേലാനും പോയേ; വഴിയേചക്കന്റെ നീലിം പോയേ;
മേനോമ്പ്രാന്റെ വരമ്പ് കെളയ്ക്കാനോനും പോയേ.

പോക്ണ പോക്ക്ന് നീലിയൊരോട്ടക്കണ്ണെറിഞ്ഞേ;
നീലക്കാക്ക പറക്കുന്നെന്ന് നെനച്ചേ ചക്കൻ.

അങ്ങനെ മോന്തി കറ്ക്കാറായേ; കെള നിറ്ത്തി
തെങ്ങിനെപ്പോലത്തെ നെഴലും നോക്കി നടന്നേ ചക്കൻ.

"പൂയി പൂയി," തൂരെക്കലശല്! മേലാന്റോടെ
പൂയക്കാവ്ടി തുള്ളുകയാണെന്നോൻ കര്തീ.

"അജ്ജേജാന്റമ്മോ," നെലയും വിളിയും! ചക്കന്റുള്ളിൽ
അപ്പളൊരീഷല്! പന്നിപ്പാച്ചില് പാഞ്ഞേ ചക്കൻ.

കാണ്ണപൂരം; നീലീനെത്തൂണുമ്മെക്കെട്ടിയിട്ട്
കാഞ്ഞിരമുട്ടി മയക്കുകയാണേ പൊന്നുമേലാൻ;

മാറില് ചോര പൊരണ്ട് പെടയ്ക്കുകയാണേ നീലി
മകരക്കാറ്റിലെ വണ്ണൻവാഴത്തയ്യ്പോലെ!

മിന്ന്ണ് ചക്കന്റെ മിഴി കാന്താരിമൊളക്പോലെ,
കൊല്ലികളമ്മോ, ചെന്തെങ്ങിൻകൊലയെന്നപോലെ!

മത്തടെ പൂവിനെപ്പോലാക്കണ്ണ് മലച്ചിടുന്നേ;
പത്തി വിര്ത്തിയൊലഞ്ഞ കൊടുംകൈ ചീറീടുന്നേ;

"ചതിക്കല്ലെ ചക്കാ," നീലീടെ മനസ് കത്തീടുന്നേ;
ചതിച്ചില്ല ചക്കൻ-മേലാൻ കുത്തനെ മണ്ണ് പൊത്തീ.

"തണ്ട്യാലെപ്പോവിനെ മേലാനേ, മതി തോന്ന്യവാസം,
തെണ്ടിച്ച് തിന്നാൻ തൊയിരം മേണം," അലറീ ചക്കൻ.

സപ്തം കേട്ട് കറ്ത്തേ ഞെട്ടിവെറച്ച പൂമി;
സപ്തം കേട്ട് മിയിച്ചേ മോളില് നച്ചത്രങ്ങൾ! ■

ആര്യൻ

മുറുക്കാൻകടയുടെ മുന്നിലെത്തവേ പൊതു-
നിരത്തിൽ കൈകാട്ടിപോൽ നിന്നുപോയതെന്താര്യൻ?

കീശയിലില്ലാ മൂന്നുപൈസയെന്നറിഞ്ഞ ഭ-
ഗ്നാശയോ നീറുന്നു നിന്നിടങ്കൈവിരൽകളിൽ?

മണ്ടയിൽ വരച്ച തൃക്കയ്യിന്റെ തൃപ്പാദത്തിൽ
കൊണ്ടുവോ മനസ്സെ,ന്തേ പെട്ടെന്നു കുമ്പീ നേത്രം?

വാടകവീട്ടിൽ പനി പിടിച്ച കുഞ്ഞിന്നു നീ
മേടിച്ചുകൊടിത്തില്ല മരുന്നെന്നല്ലീ ഖേദം?

കിട്ടുന്നു മാസാമാസം ശമ്പളം; പക്ഷേ കൂട്ടി-
മുട്ടുന്നില്ലിരുതല: ഗസറ്റിൽ പേരില്ലല്ലോ!

അരിക്കോ ലാഭം കരിഞ്ചന്തയിലിപ്പോൾ പച്ച-
ക്കറിക്കോ മണ്ണെണ്ണയ്ക്കോ തുണിയ്ക്കോ കല്ലുപ്പിനോ!

ചൊട്ടുവിദ്യയിൽ ജലനിരപ്പു താഴ്ന്നൂ; കത്തി-
ക്കെട്ടുകൊണ്ടിരിക്കുന്നൂ നഗരം കൂട്ടത്തോടെ.

കണ്ണിലിറ്റിക്കാൻ തന്നിരുന്നതും വറ്റീ പൈപ്പിൽ;
വിണ്ണിലപ്പോഴും ദയ പൊടിഞ്ഞീലൊറ്റത്തുള്ളി.

എടവം പത്തൊമ്പതായ്, പെട്ടിയിൽ കാശില്ലെങ്കിൽ
കുടിയ്ക്കില്ലിനി; പിന്നെക്കുളിക്കാനാരുണ്ടാവും?

കാറുകളലക്ഷ്യമായ് മാനത്തു തെണ്ടീടുന്നു;
കാടെല്ലാം പണക്കൊതി വീടാക്കിക്കളഞ്ഞില്ലേ?

നിന്നിലിപ്പൊഴും ധർമ്മാനുഷ്ഠാനത്വര പക്ഷേ
നിർവ്വിശങ്കമാണ,തു ഭാഗ്യമോ ഭാഗ്യക്കേടോ?

***

ഇന്നലെ തൊഴിലാളിസർവ്വാധിപത്യത്തിന്റെ
വെന്നിച്ചെങ്കൊടി നിന്റെ നട്ടെല്ലിൽ പറപ്പിക്കെ

പട്ടുപോലെഴും ഫ്യൂഡൽസ്നായുക്കൾ പിരിച്ചല്ലോ
കെട്ടിയതോ നോവറിഞ്ഞില്ല നീയാവേശത്താൽ

നിങ്കൽ നീ കാണാതെ ജീമൂതവാഹന ബുദ്ധ-
ശങ്കരാദികൾ പാർക്കും മിഹിരദ്വീപിൻ സ്ഥൈര്യം

നിൻ പിതൃപിതാമഹപ്രപിതാമഹന്മാർത-
ന്നൻപുറ്റ മനോവാക്കർമ്മങ്ങൾതൻ പാരമ്പര്യം,

*ഉർവ്വരാന്തരപരിസ്രുതകീലാലംപോൽ നി-
ന്നുള്ളിൽ വർത്തിക്കും ജന്മാന്തരവാസനാവീര്യം

നിലനിൽപ്പോളം, ഹാ, സന്ത്യാഗസംഗതികളിൽ
വിലയംകൊള്ളായ്‌വതെമ്മട്ടിൽ നിന്നഹംബുദ്ധി?

കേണുപോമപസ്വരം കേൾക്കുകിൽ, വീഴക്ഷരം
കാണുകിൽ: അമ്മട്ടുള്ളതല്ലി നിൻ പരിശുദ്ധി?

ഒടുവിലീയെമ്മെസ്സും' ദില്ലിയിൽ സർക്കാരേറോ-
പ്ലെയിനിലിറങ്ങവേ പൊങ്ങി നിൻ ധന്യോച്ഛ്വാസം.

കരിയുന്തിയ തഴമ്പന്നല്ലോ നവയുഗ-
ക്കതിരിൻമണിക്കനമറിഞ്ഞു മലനാട്ടിൽ!

***

എന്നാലുമാര്യൻ നീയെന്തായ്ത്തീർന്നു? "നാലോണത്തി-
നെങ്കിലും പഴംനുറുക്കുണ്ടാവാതിരിക്കില്ല,"

കുട്ടികൾ കൊതിക്കവേ പടിവാതിലിൽബ്ബലി
മുട്ടിനാൻ; കേട്ടീലാരും; അദ്ദേഹം മടങ്ങിപ്പോയ്.

പട്ടയത്തിലുണ്ടിന്നുമായിരം പറ പാട്ടം;
കുട്ടികൾ കഞ്ഞിക്കരി കാണാഞ്ഞു വിളറവേ

---

* ഉപബോധമനസ്സു മൂളുന്നതു പിതൃക്കൾക്കു കുടിനീർ നല്കാനുള്ള മന്ത്രമാണ്; "ഊർജ്ജം വഹന്തീര മൃതം ഘൃതം പയഃ കീലാലം പരിസ്രുതം സ്വാധാസ്ഥ തർപ്പയത നഃ പിതൃൻ."

കുടിപ്പൂ കട്ടൻകാപ്പി; വിശാഖം തിരുനാളിൻ-
കൃപയാം കപ്പക്കമ്പാലുദരം ഭരിയുന്നൂ.

പടുകൂറ്റനാണില്ലം, ഇടിയാറായീ, പൊളി-
ച്ചെടുക്കാം, തൊടാൻ പക്ഷേ മടിയിൽക്കനം വേണം.

പരദേവതയുണ്ടേ ശ്രീലകത്തെ,ന്നാൽ മച്ചി-
ന്നിരുട്ടിൽ പെരുച്ചാഴി പത്തായം വിഴുങ്ങുന്നു.

ശാന്തിമുട്ടിയ വിഷ്ണുക്ഷേത്രത്തിലിപ്പോൾ കൃഷ്ണ
ക്രാന്തിയോ പടരുന്നൂ കള്ളിയോ കാട്ടുള്ളിയോ?

നാമമാത്രമാ വലിയമ്പലത്തിൽവെച്ചല്ലോ
നാലഞ്ചുവയസ്സിങ്കലാര്യൻ നീ ചെവിക്കൊണ്ടൂ

രഥ, നെഡ്ഢവും കറുത്തേടവുമല്ലോ ചൊല്ലി;
പ്രഥമൻ കുടിക്കാനും മറന്നേപോയന്നുണ്ണി.

അന്നു നീ മനുഷ്യകണ്ഠത്തിലെ സ്വർഗ്ഗം കണ്ടാൻ;
അച്ചുതൻനെഡ്ഢം വെറുമ മർത്യനോ ഗന്ധർവനോ?

ക്ഷേത്രപാലൻപോൽ നിൽക്കുമച്ഛനന്നോതി, "എന്തു
മാത്ര?" ഇന്നധ്യാത്മവിദ്യാലയംതാനാ ക്ഷേത്രം:

വായുവിൽത്തലകുത്തി നിന്നുകൊണ്ടാലിൻകൊമ്പ-
ത്തായിരം വവ്വാലുകൾ കലമ്പും സായാഹ്നത്തിൽ

ഒരൊറ്റപ്പല്ലില്ലാത്ത മുത്തശ്ശിച്ചിറയുടെ
മടിയിൽ ബ്രഹ്മം കണ്ടു കിടക്കും ബിംബം നോക്കൂ!

ആനവീണീടും കാടും റബ്ബറെസ്റ്റേറ്റും കാറും
ഫാനുമില്ലെയർക്കണ്ടീഷനറും ഫ്രിജിഡേറും

ഫോമിന്റെ ബെഡ്ഡും ട്രാൻസിസ്റ്ററുമില്ല;-റകളിൽ
തൂമയിൽ സ്ഫടികത്തിൽ സുവർണ്ണമത്സ്യങ്ങളും

ചട്ടിയിൽ വളർന്ന പൂവല്ലിയും ചെമ്പൻപട്ടി-
ക്കുട്ടിയുമില്ലോ,-വൽട്ടിന്നില്ല ഗ്ലൂക്കോസും പക്ഷേ,

നിനക്കും തറവാടിൻ തട്ടകത്തുണ്ടേ നേർത്ത
നിനവിൽ കത്തും ഭദ്രദീപത്തിൻ വെളിച്ചങ്ങൾ;

ആത്മാവിൻ നടുമുറ്റപ്പന്തലിൽപ്പടർന്ന,മേ-
യാഹ്ലാദക്കുളിർ തൂകും സുഗന്ധത്തൂവെള്ളകൾ;

തുളസീപിഞ്ഛരം; വില്വത്രിണേത്രം; ബാല്യസ്വർണ്ണ-
ക്കിളി കൂജനം ചെയ്യും ശർക്കരക്കൊടോന്മാവും.

ഒക്കെയും കൈവിട്ടു നീ, 'പശു'വിൻതലകൈകാ-
ലഗ്നിയിൽ പശുതന്നെ ഹോമിക്കുന്നതു പോലെ;

സ്വന്തങ്ങളൊക്കെക്കൈവിട്ടോടി നീ, തെക്കേമഠം-
സ്വാമിയാരായിപ്പണ്ടൊരപ്ഫൻ പോയതുപോലെ

അസ്വതന്ത്രാധ്വാനത്തിൽ പട്ടണവിയർപ്പിൽ ചെ-
ന്നാഴുവാൻ, തീർത്ഥസ്നാനപുണ്യമാം ഗോതമ്പപ്പം

പ്രാണന്നുമപാനന്നും വ്യാനന്നുമുദാനന്നും
പ്രാശന കൊടുത്താശ്വസിക്കുവാൻ സമാനന്നും!

കിട്ടുന്നു മാസാമാസം ശമ്പളം; പക്ഷേ, വേർപ്പു
വറ്റുമോ? ഗസറ്റിൽ നിൻപേർ പതിയില്ലിജ്ജന്മം!

അല്ലി,തെന്താഹ്ലാദമോ തുടിക്കുന്നു നിൻ കണ്ണിൽ?
അച്ഛന്റെ കാല്ക്കൽ പണ്ടു സംസ്കൃതം പഠിച്ചപ്പോൾ

കാളിദാസൻതൻ വാഗീശ്വരത്വംമൂലം നിന്നിൽ
മൂളിയ കുതൂഹലം വിളിക്കുന്നുവോ വീണ്ടും?

മുഗ്ദ്ധരാഗത്തിൻ തപോബലത്താൽ സ്വയം ഗൗരി
മുഷ്കരനൊരു കാളക്കുട്ടനെക്കെട്ടും പോലെ

ത്രിപുരാന്തകത്രിയംബകനെബ്ബന്ധിച്ച ഭൂ-
വപരാജിതമിന്നും ശാന്തിതൻ രത്നാകരം

ധന്യമുൽഫുല്ലം സ്ഥിരധാരമുജ്ജ്വലം സൂക്ഷ്മം
പുണ്യമുൽബ്ബണം നിത്യം നിർബാധം സ്ഥിതപ്രജ്ഞം.

വിളിക്കുന്നുവോ വീണ്ടും നിന്നെ നിന്നാത്മാവിലെ-
ത്തിളയ്ക്കും മുമുക്ഷതൻ ദാഹങ്ങൾ ബുഭുക്ഷകൾ,

ദാനനിർവൃതപൂർണ്ണബ്രഹ്മസത്യോദ്ഗാരങ്ങൾ,
നാദസൗരഭവർണ്ണമാധുര്യസംസ്പർശങ്ങൾ?

ഇല്ല, നിൻവികസ്വര മന്ദഹാസത്തിൽ കാണു-
ന്നില്ലൊരു നിഴൽത്തലനാരു, മിതെന്താശ്ചര്യം!

നിന്നിലെച്ചെന്താമരവിത്തറ തുറന്നെ,ന്റെ
കണ്ണിലീ വിരിയുന്നതാദിമോഷസ്സല്ലല്ലീ?

“അത്തിതൻ മധുരത്തിൽ നിൻ കൈകാൽചിറകൊട്ടി-
ച്ചത്തുപോവതിലല്ലോ മക്ഷികേ, നിൻസാഫല്യം!”

***

അക്ഷമം പാഞ്ഞെത്തുന്നു മോട്ടോർസൈക്കിളു,മോട്ടോ-
റിക്ഷയും കാറും ബസ്സും: ആര്യ, നീ ശ്രദ്ധിച്ചാലും!

ഭംഗുരക്ഷണങ്ങൾതന്നിടയിൽ സനാതന-
മംഗളമുഹൂർത്തത്തിൽവെച്ചൊരു വാക്കുംകൂടി:

ചൊറിയാൻ വളർതാട കാട്ടി നിൻ ചാരത്തയ-
വിറക്കിക്കൊണ്ടില്ലത്തെച്ചെമ്പിപ്പയ്യിനെപ്പോലെ,

നിന്നിൽനിന്നൊരു ഗായത്രീസ്വനം കേൾക്കാൻവേണ്ടി
വന്നുനിൽക്കുമീ ത്രിസന്ധ്യയെ നീ കണ്ടില്ലയോ?

ഇവളല്ലയോ കാമധേനു? നീ തർപ്പിച്ചാലു-
മിവൾക്കായാത്മാവിന്റെ പച്ചപ്പുൽക്കുടന്നകൾ! ■

കുംഭീപാകം

കണ്ണീർക്കടലിൽ മുങ്ങിക്കൊണ്ടരിക്കും പാതിരാത്രികൾ
കണ്ണാടിപ്പൊട്ടിലോ കണ്ടൂ കരയുന്ന മുഖാകൃതി?

കണ്ണടശ്ശങ്കീരി പോക്കുവെയ്‌ലേറ്റുരുകിവീഴവേ
നക്ഷത്രത്തിൻ മൊട്ടുസൂചിയിട്ടതാപ്പാതിരാത്രികൾ.

മന്ദസ്മിതപ്പുലരിയിൽത്തെരുവോടിക്കിതയ്ക്കവേ
ഓരത്തൂടെക്കൂന്നിഴഞ്ഞു പോയതാപ്പാതിരാത്രികൾ.

പാതയിൽക്കത്തിടും കീലിൽപാപ്പാസ്സുരുകിവീഴ്കയാൽ
പൊള്ളങ്ങൾ നർത്തനം ചെയ്കെക്കേണതാപ്പാതിരാത്രികൾ.

പാതിരാത്രികളേ, ദിവ്യസ്നേഹത്തിന്റെ വിയന്മുഖം
അളുക്കിലിട്ടടച്ചുള്ളിൽ തേങ്ങിടും നിങ്ങളോ വിധി?

എന്തായാലുമുടയ്ക്കില്ലീക്കണ്ണാടിത്തുണ്ടിലെ ക്ഷണം-
അതിലെഢർമ്മവൈരൂപ്യം ഞെട്ടിപ്പൊട്ടിത്തെറിക്കിലും! ■

ഡ്രൈവർക്കുളന്തൈ

പാവുമുണ്ടും പട്ടുകോണവുമായി ഞാൻ
തീവണ്ടികാണുവാൻ ചെന്നുചേർന്നു.

ഷൊർണ്ണൂരെജ്ജംഗ്ഷനിൽ, അപ്പോൾ പടിഞ്ഞാറു-
നിന്നാവിവണ്ടി കിതച്ചുവന്നു

കണ്ടു ഞാൻ കൽക്കരിപോലെയപ്പോളാവി-
വണ്ടിതൻ വായിലെ ഡ്രൈവർമാരെ.

അയ്യർവാളിസ്റ്റലികാപ്പികൾ വിറ്റിടു-
മയ്യാറാറിന്റെ ലിപിക്കുനേരെ

പ്ലാറ്റുഫോറത്തിലിറങ്ങി,ദ്ധൃതിയില-
ക്കൂറ്റന്മാർ പെട്ടെന്നു യാത്രയാകെ.

തന്ത്രത്തിലെഞ്ചിൻമുറിയിൽക്കയറി ഞാൻ
യന്ത്രപ്പണികൾ നടന്നുനോക്കി.

കാണുന്ന കുറ്റികൊളുത്തുകൾതോറുമെൻ
കൺകളും കൈകളും സഞ്ചരിക്കെ

എന്തോ ചിലതു വലിഞ്ഞിരിക്കാം, കുറ-
ച്ചെന്തോ ചിലതു തിരിഞ്ഞിരിക്കാം.

ഉണ്ടായതെന്തെന്നറിഞ്ഞുകൂടാ, വണ്ടി-
യുച്ചത്തിൽ ചൂളംവിളി തുടങ്ങി.

അമ്പരന്നെഞ്ചിൻമുറിയിൽ നിൽക്കുന്നു ഞാൻ:
മുമ്പോട്ടു വണ്ടി കുതിച്ചുപാഞ്ഞു.

ആളുകളെന്തോ വിളിച്ചുപറഞ്ഞുകൊ-
ണ്ടാംഗ്യങ്ങൾ കാട്ടുന്നുണ്ടെന്റെനേരെ.

ഒന്നും തിരിഞ്ഞില്ലെനി,ക്കതിൻമുമ്പവർ
പിന്നോട്ടുപിന്നോട്ടകന്നുപോയി.

എഞ്ചിൻമുറിയിൽ ഞാനേക,നത്തീവണ്ടി-
യെന്നെയുംകൊണ്ടു കുതികുതിക്കേ

എന്തിനിച്ചെയ്യേണ്ടുവെന്നുള്ള ഭീതിയാൽ
കുന്തിച്ചിരുന്നു കരഞ്ഞുപോയ് ഞാൻ!

രണ്ടുഭാഗത്തും വിളഞ്ഞ നെൽപ്പാടങ്ങൾ
കണ്ടു, കരിമ്പനത്തോപ്പു കണ്ടു.

കാടും മലയും പുഴയുമായ് നീലച്ച
കോടക്കാറാടും സ്ഥലങ്ങൾ കണ്ടു

വറ്റിയില്ലപ്പൊഴും കണ്ണുനീർ, നാഡിയോ
ഞെട്ടിത്തെറിക്കുകയായിരുന്നു.

രാവപ്പോഴേക്കുമരിച്ചരിച്ചെത്തിയി-
പ്പാരിനെപ്പാടേ വരിഞ്ഞു ചുറ്റി.

വട്ടംകറങ്ങിക്കുനിഞ്ഞുവന്നു വാനം
ഒട്ടിപ്പിടിച്ചിതെൻ കണ്ണിമകൾ.

കത്തിപ്പടർന്ന പൈദാഹത്തളർച്ചയിൽ
തത്തുന്നതമ്മതൻ മൗനമല്ലോ;

ചിമ്മിനി കത്തുന്ന വീട്ടിന്റെ വാതിൽക്കൽ
ചിമ്മാതെ നിൽക്കുമാക്കണ്‍കൾ രണ്ടും

എങ്ങുപോയെന്മകനെന്നൊരുത്കണ്ഠയാൽ
വിങ്ങിത്തുറിച്ചു കുതിർന്നിരുന്നു.

ചെയ്യേണ്ടതെന്തിനി? നിശ്ചയമില്ല, ഞാൻ
ചെയ്തതെന്തക്രമം? ഓർമ്മയില്ല!

കുന്തിച്ചിരുന്നു ഞാൻ കണ്ണുതുറന്നപ്പോൾ
കഞ്ചിക്കോട്ടെത്തിക്കഴിഞ്ഞിരുന്നു.

കാരണമെന്തെന്നറിയില്ല, വണ്ടിയിൽ
കൽക്കരിയില്ലാഞ്ഞിട്ടായിരിക്കാം;

ഓടാതെ നിൽപ്പാണു തീവണ്ടി; കാണിക-
ളോതുന്നു തങ്ങളിലിപ്രകാരം:

"വാരുങ്കോ, ഡ്രൈവർക്കുളന്തൈ ചിരിക്കിന്റ്
പാരുങ്കോ! വേറുണ്ടോ പുത്തിശാലി!" ■

വാരിയരുടെ വിളക്ക്

ചൂതിൽത്തോറ്റരണ്യത്തിൽ ചെന്ന പാണ്ഡവരോട-
ന്നോതിയതെന്തെങ്കിലുമാവട്ടേ ബൃഹദശ്വൻ:[1]

എരിവൂ പന്തംപോലെവാരിയത്തുണ്ണായിതൻ
വിരലോ കഥകളിവിളക്കോ മമ മുന്നിൽ?

കലിബാധയിൽ നളനരങ്ങു തകർക്കുമ്പോ-
ളലയുന്നൂ ഞാനെന്റെ നാഗരികത്വക്കാട്ടിൽ.

വഴി തെറ്റിയ പാന്ഥനെത്തുവേനനുരാഗം
വഴിയും മിഴി വിടർത്തകലെക്കുഗ്രാമത്തിൽ

എന്നെയോർത്തിടർ തേടും ദമയന്തിതൻ മുന്നിൽ;
ചെന്ന കാലനങ്ങാതെ നിൽപ്പൂ ഞാനശരീരി:

ഊഢരാഗത്താലെന്റെ മടിയിൽത്തലചായ്ചു
ഗാഢനിദ്രയിലാണ്ടൊരിവൾതൻ തുകിലല്ലി

അപ്പക്കോൽക്കൂർപ്പാൽക്കീറിയുടുത്തേ,[2] നെന്നിട്ടുമെ-
ന്തിപ്പൊഴുമാമാശയമനാച്ഛാദിതംതന്നെ!

എന്തു ചൂടാണീക്കളിവിളക്കിൻ നിഴൽപ്പാട്ടിൽ,
വെന്തുവോ പരമാണുസ്ഫോടനത്താലീ വിശ്വം?

എങ്ങനെ മോചിപ്പിക്കും ഘോരാഗ്നിവലയത്തിൽ
വിങ്ങുമീ കാർക്കോടകപ്രാണവേദനയെ ഞാൻ?

നളനഗ്നിദേവന്റെ വരമുണ്ടി,ക്കാലത്തെ-
ക്കലിബാധിച്ചോർക്കുണ്ടോ വല്ലതും മോക്ഷോപായം?

---

1. മഹാഭാരതത്തിൽപാണ്ഡവരോട് നളോപാഖ്യാനം നിർവ്വഹിച്ച മഹർഷി.
2. അപ്പം തേടി പോകുന്നവന്റെ ആയുധം. കാരോലിൽ നിന്ന് അപ്പം എടുക്കുന്നത് മുളങ്കോലിന്റെ കൂർപ്പു കൊണ്ടാണല്ലോ.

അരങ്ങത്താടും ദമയന്തിതൻ വ്യഥ വന്നു
വരിഞ്ഞു മുറുക്കവേ കേണു ഞാൻ ഞാനേ കേൾക്കെ:

എതൃതുപർണ്ണൻ നൽകുമനശ്വഹൃദയി[1]യ്ക്കി-
ന്നേതക്ഷഹൃദയം[2] വൈദർഭിയെസ്സമ്പ്രാപിക്കാൻ?

കളി തീർന്നെഴുന്നേറ്റു ലോഡ്ജിലേക്കിഴയുമ്പോൾ
കരളിൽ തെളിയുമുണ്ണായിയെ നമിക്കുമ്പോൾ

ഒരൊറ്റസ്സമാധാനം മാത്രമേയുള്ളൂ തോഴീ,
പെരുമാറീട്ടില്ലെന്റെ വിരലും കള്ളച്ചൂതിൽ! ■

ഭാഗ്യവാൻ

പാതിരാത്രിയിലെ ഷിഫ്ടിൽ ഡ്യൂട്ടി നോക്കുന്ന ദൈവമേ,
ഭാഗ്യശാലികളിൽ ഭാഗ്യശാലിയെന്നൊരു മർമ്മരം

കവിൾക്കൊള്ളുന്നതാരിപ്പോളെന്നെക്കാണുന്ന മാത്രയിൽ,
വിമാനത്താവളം തേച്ചുകഴുകും തൂപ്പുകാരനോ,
തീവണ്ടിപ്പോർട്ടറോ, സാക്ഷാൽ ബസ്സുകണ്ടക്ടർകൂടിയോ?
അവർ കാണുന്നതെൻകൈയിൽ വന്നുവീഴുന്ന നാണയം.

കണ്ടു ഞാൻമാത്രമെൻകൈയിലുരുകിപ്പോയ നാണയം.
തുറന്നാൽ കഷ്ടമേതാനന്ദത്തിലെപ്പൊന്നുളുക്കിലും

കണ്ണുനീർക്കടൽ കണ്ടെന്നിൽത്തന്നെ ചൂളുകയോ ഭവാൻ?
ഉമിനീർത്തുള്ളിപോലെന്നാകാശഗർത്തത്തിൽനിന്നുടൻ
നിമിഷങ്ങളിലിറ്റിറ്റുവീണൂ നിൻനാമമല്ലയോ!

* * *

സിമന്റുകോട്ടതൻ മൂന്നാംനിലയിൽ ഗുഹയിൽ സ്വയം
അരിയിട്ടു തിളപ്പിച്ചതിളംചൂടാൽ കുടിച്ച ഞാൻ
ഉണർന്നതുമുതൽക്കത്താഴത്തിലെത്തുപെടുംവരെ
ഉതിർന്ന ചുടുവേർപ്പാകെ വറ്റാതെത്തന്നെ നിൽക്കിലും
നന്ദി! എന്തൊക്കെയായിട്ടുമെന്നിൽ ചൂളിയിരിപ്പു നീ!
മുറ്റത്തെക്കിണറിന്നുള്ളിൽ നിശ്ശബ്ദക്കുളിരായി നീ
ഉറന്നുനില്ക്കയും ചെയ്‌വൂ വേനൽപ്പാതിരയിങ്കലും!
ആരെല്ലാം കണ്ടുനിന്നാലെന്തല്ലെങ്കിൽ ഭാഗ്യഹീനനും
ചത്തപോലെയുറങ്ങുമ്പോളാരെന്നെക്കണ്ടു നിൽക്കുവാൻ?
ഇരുട്ടിൽത്തപ്പി നീങ്ങിപ്പോമെനിക്കീ രണ്ടുകൈകളും
രണ്ടുകാലുകളും നട്ടെല്ലറയിൽ ധർമ്മവീര്യവും

കനിഞ്ഞു തന്നരുളിയ നീതാൻ ബക്കറ്റിൽ വെള്ളമായ്
എന്റെകൂടെക്കോണികേറി മൂന്നാംനിലയിലെത്തവേ
ഇതല്ലയോ ഭാഗ്യം? ഒറ്റയ്ക്കാണീ ഭൂമിയിലെങ്കിലും
ജീവിച്ചിരിക്കും ഞാൻ നിന്റെ നാമം പാടി നടക്കുവാൻ!

* * *

എങ്കിലും ദൈവമേ, മൂന്നാംനിലയിൽപ്പൈപ്പിൽ വെള്ളമായ്
ജനിക്കാനാവതില്ലാത്ത താങ്കളോടൊരു സംശയം:
തരാമോ നിലദാനത്തിലെനിക്കൊരുമുറി സ്ഥലം? ■

ഗോർബച്ചേവ്

"സാറിന്റെ[1] കാലം മുതൽക്കു
തടവിൽപ്പെട്ട ജിഹ്വയെ
മോചിപ്പിച്ച ജവാത്മാവിൻ
പേരെന്താകുന്നു സഞ്ജയ?"
ആജന്മാന്ധ്യങ്ങളിൽത്തപ്പി-
ത്തടയും പ്രപിതാക്കളേ,
അവന്റെ പേരു ഗോർബച്ചേ-
വെന്നോതീ ജഗദംബിക."
"മൂന്നു കാലടിയാൽ[2]പ്പോലേ
മൂന്നു വർഷങ്ങളാലവൻ
എന്തേ നേടിയതെന്നോതി-
ത്തരൂ ശാശ്വത, സഞ്ജയ!"
"തുറന്നുവിട്ടൂ മനുഷ്യാ-
ത്മാവിൻ സ്വാതന്ത്ര്യവാഞ്ഛയെ
മരിച്ചാലും മരിക്കാത്ത
ചിദാനന്ദവിശുദ്ധിയെ."
"ചെയ്തില്ലയോ പിന്നെയൊന്നു-
മാ ത്രിവർഷ ഭഗീരഥൻ![3]"
'കെട്ടിയിട്ടൂ മദ്യമൗഢ്യ-
സക്തമാനവബുദ്ധിയെ."
"കാലിൽക്കൈയിലുമാമങ്ങൾ
ചുമക്കും ജഗദംബയെ

---

1. റഷ്യൻ വിപ്ലവത്തിനു കളമൊരുക്കിയത് സാർ ചക്രവർത്തിയുടെ സർവാധിപത്യം.
2. വാമനാവതരാം
3. കപിലമുനിയുടെ ശാപത്താൽ ദഹിച്ചുപോയ സഗരപുത്രന്മാരായ പിതൃക്കളുടെ സൽഗതിക്കായി ആയിരം വർഷം കഠിനതപസ്സു ചെയ്ത് ആകാശഗംഗയെ ഭൂമിയിലേക്കും പാതാളത്തിലേക്കും അവതരിപ്പിച്ചവൻ.

സർവനാശാന്തികത്തെത്തി-
ക്കേണുകൊണ്ടവൾ നിൽക്കവേ
രക്ഷിക്കുവാൻ ചെയ്തതെന്തീ
ത്രിവർഷായുർമഹോദയൻ?"
"കടിഞ്ഞാണിട്ടു നിർത്തീ ന-
ക്ഷത്രയുദ്ധാശ്വഹേഷിതം.[4]"
"പണ്ടു നമ്മൾ പറപ്പിച്ച
സമാധാനപ്പിറാവുകൾ
പാറുന്നുണ്ടോ വിണ്ണിലിന്നും
ദൂരദർശന, സഞ്ജയ?"
"അവതൻ പൂടയങ്ങിങ്ങു
കണ്ടെത്താറുണ്ടപൂർവമായ്
ആട്ടിൻകൂടിന്നരികിലോ,[5]
അരയാലിൻ ചുവട്ടിലോ."
"ജീവിക്കുന്നുണ്ടിപ്പൊഴുമാ-
മൃദുവെൺമകളെന്നു നാം
ആശ്വസിക്കട്ടെയോ സർവ-
ജീവപ്രണയ, സഞ്ജയ?"
"ജീവിച്ചിരിക്കുന്നുണ്ടാവാ-
മിന്നാസ്സൗവർണ്ണരശ്മികൾ
പടവർധ[6] ഹൃദയം പോലു-
ള്ളേതോ യോഗാശ്രമങ്ങളിൽ."
"ഉണ്ടാവുന്നതു തീ മാത്ര-
മരത്തോടരമേൽക്കുകിൽ
എന്നു ഗോർബച്ചേവുറക്കെ
പ്രഖ്യാപിച്ചു കഴിഞ്ഞുവോ?"
'അന്ധകാരങ്ങളിൽത്തപ്പു-
മസ്വസ്ഥസ്നേഹഭാരമേ,
മുളച്ച ദിവസം വൃക്ഷം

---

4. കുതിരക്കരച്ചിൽ.
5. 'ആടു കിടന്നിടത്തു പൂട' എന്ന പഴമൊഴി. നിരുപദ്രവികളായ ആടുകൾക്കരികെ വിഹരിക്കാൻ പ്രാവിനു ഭയമില്ല.
6. അച്യുത് പടവർധൻ, ജയപ്രകാശ് നാരായണിന്റെ ആദ്യകാല സഹപ്രവർത്തകൻ. പിൽക്കാലത്ത് സന്ന്യാസി. ഇന്ത്യയിലെ പ്രശ്നങ്ങൾക്കു പരിഹാരം എല്ലാ കുട്ടികളെയും ആത്മീയതയിലേക്ക് ഉപനയിച്ച് ദ്വിജന്മാരാക്കുകയാണെന്ന് ഈയിടെ അദ്ദേഹം അഭിപ്രായപ്പെടുകയുണ്ടായി.

പൂത്തു കായ്ച്ചു പഴുക്കുമോ?"
"കാത്തിരിക്കും ലോകനാശ-
ക്കരയിൽബ്ഭൂമിയിന്നിമേൽ:
ഭാവിഗർഭങ്ങളിൽക്കാലു[7]
കുടയാമതിമാനുഷൻ!"
"തഴുകുന്നുണ്ടതിൻ മീതേ
സൂതികർമിണി ഭാരതം:
'വെള്ളരിക്ക[8] കണക്കുണ്ണീ,
ബന്ധമുക്തി വരിക്ക നീ.' ■

7. മനുഷ്യൻ ആത്മീയവളർച്ചയിലൂടെ ദ്വിജനായി - Superman ആയി - തീരും എന്ന് അരവിന്ദഘോഷ്.
8. "ഉർവാരുകമിവ ബന്ധനാൽ മൃത്യോർമുക്ഷീയമാം ഋതാൽ" എന്നു മൃത്യുഞ്ജയമന്ത്രം. ഉർവാരുകം - വെള്ളരിക്ക. കെട്ടിത്തൂക്കിയ കയറിൽനിന്ന് വെള്ളരിക്കയെ എന്നപോലെ സത്യം എന്നെ മൃത്യുവിൽ നിന്നു മോചിപ്പിക്കട്ടെ എന്നു താത്പര്യം.

കാട്ടമ്പലത്തിൽ

കാണ്ടേൻ മരതകക്കാടിൻ മൂർധ്നി വജ്രം കണക്കെ ഞാൻ
മധ്യാഹ്നസൂര്യബിംബത്തെ; നെഞ്ചിൽക്കാട്ടമ്പലത്തെയും.

മേൽക്കൂരയില്ലാത്ത ഗർഭഗൃഹത്തിൽ കാൺമു കൃഷ്ണനെ,
നവനീതം വലങ്കൈയിലേന്തും മന്ദസ്മിതാഢ്യനെ,

കരിങ്കൽക്കട്ടിലയ്ക്കുള്ള നുരുമ്പിച്ച കവാടവും
പൊടിഞ്ഞു വീണോട്ടെ;ഉണ്ണിക്കണ്ണനില്ലൊരു വാട്ടവും!

പീഠത്തിൽക്കാണ്മു വാടാത്ത പുതുപ്പൂവുകൾ; ആകയാൽ
ആരോ രാവിലെ വന്നിന്നും പൂജിച്ചിട്ടുണ്ടു ദേവനെ.

ഈറൻ തോർത്തരയിൽ, ത്തോളിൽ പ്പൂണൂലും, പൂണ്ട വാർധകം,
കിണ്ടിവെള്ളത്തിലെപ്പുഷ്പം, മുരൽമൂട്ടിനു ചന്ദനം

മനസ്സിലൂടെപ്പായുമ്പോളിരിപ്പേൻ മീലിതേക്ഷണൻ
പുരയില്ലാക്കരിങ്കല്ലുമണ്ഡപച്ചൂടിൽ മൗനി ഞാൻ.

ആര്യമാവെൻ നിറുകയിലാടുന്നുണ്ടായിരം കുടം,
തണുത്ത വായുഭഗവാനൊപ്പി മാറ്റുന്നു വേർപ്പുകൾ.

കിണറ്റിൽ വെള്ളം സ്ഫടികം, കോരാൻ നല്ലൊരു കപ്പിയും!
ദാഹം മാത്രമെനിക്കില്ല, നാമം സ്പന്ദിപ്പൂ ജിഹ്വയിൽ!

ആരെന്നീക്കോവിലിൻ നഷ്ടസൗന്ദര്യം വീണ്ടെടുക്കുവാൻ?
പൊളിഞ്ഞു വീഴാൻ മുഹൂർത്തം പാർക്കുന്നൂ വലിയമ്പലം!

ഹരേ, രാമ, ഹരേ, രാമ, രാമ, രാമ, ഹരേ, ഹരേ,
ഹരേ, കൃഷ്ണ, ഹരേ, കൃഷ്ണ, കൃഷ്ണ, കൃഷ്ണ, ഹരേ, ഹരേ!

അടയും കൺകളോടൊപ്പം വിടർന്നിടുന്നു ഗദ്ഗദം:
കറുത്ത വെണ്ണപോൽ മിന്നും കൃഷ്ണ, നീയേ പരംപൊരുൾ!

ഉടൻ ശ്രീകോവിലിന്നുള്ളിൽക്കേൾപ്പേനൊരു ചിലമ്പൊലി;
കുഞ്ഞിക്കൃഷ്ണൻ വായുവിലൂടെന്റെ നേർക്കു വരുന്നുവോ?

പിച്ചവെച്ചെത്തിയെൻ മുന്നിൽച്ചിരിച്ചുംകൊണ്ടു നിൽക്കയോ?
ചൊടി മന്ദം വിതിർത്തെന്നോടരുളിച്ചെയ്‌വിതോ ശില?

"നാമം ജപിക്കുന്ന നശ്വരാത്മൻ, താങ്കൾക്കു സാധ്യമോ
ഒരൊറ്റസ്സേവനം?" പക്ഷേ, "എന്തതെ"ന്നെന്റെ സംശയം.

"ഈ മഹാക്ഷേത്രവൈരൂപ്യം കണ്ടു ദുഃഖിച്ചിടാതെ നീ
എഴുന്നേറ്റാൽ ജീർണതയിൽനിന്നിതുദ്ധൃതമായ് വരും."

"മനസ്സിലായില്ല," കൂപ്പുകൈയിൻ മുകളിലൂടെ ഞാൻ
ഉപാംശുവായുച്ചരിക്കെച്ചിരിച്ചു കുസൃതിപ്രിയൻ:

"മനസ്സിലാവില്ല നിനക്കതുകൊണ്ടുരചെയ്‌വു ഞാൻ;
ക്ഷുദ്രം ഹൃദയദൗർബല്യം ത്യക്ത്വോത്തിഷ്ഠ പരന്തപ!"

"മനസ്സിലായില്ല", വീണ്ടും കൺതുറക്കാതെ ചൊല്ലി ഞാൻ;
കരുണക്കടലപ്പോഴും ചിരിച്ചു കുസൃതിപ്രിയൻ:

"സങ്കോചം, സംഭ്രമം, സന്ദേഹവുമായ്ക്കൂട ഹൈന്ദവം:
രാത്രി വന്നെന്റെയിബ്ബിംബം പുഴക്കിക്കൊണ്ടുപോക നീ.

കടത്തുക വിദേശത്തേക്കെന്നിട്ടശ്ശില്പസൗഭഗം
കോടികോടിഡ്ഡോളറിന്നുവിറ്റൊഴിക്കുക നിർഭയം.

തിരികെ വന്നു നീ ശുദ്ധികലശം നിർവഹിക്കുക,
പ്രതിഷ്ഠിക്കുക സാഘോഷമിവിടെപ്പുതുവിഗ്രഹം.

അതു ലക്ഷണസംയുക്തം നിർമിക്കാനുള്ള വൈഭവം
അസ്തമിച്ചിട്ടില്ല ഭാരതത്തിലെന്നാശ്വസിപ്പൂ ഞാൻ!

ദേവനോ നമ്പൂതിരിയോ ദത്തനോ കുഞ്ഞിരാമനോ
ജീവിച്ചിരിപ്പിടത്തോളം ജീവിച്ചീടുന്നു ഹൈന്ദവം!"

അറിയാതെച്ചിരിക്കെ, ക്കൺതുറന്നേറ്റു നടക്കവേ,
എന്റെ ദുർബലഗണ്ഡത്തിൽ വിയർപ്പോ ഹർഷബാഷ്പമോ? ■

(മാതൃഭൂമി ആഴ്ചപ്പതിപ്പ്, 1988 മെയ് 29)

സീതത്താളി

പട്ടണത്തിലെബ്ബഹളത്തിൽനിന്നോടിപ്പോന്നു
പെറ്റ കുഗ്രാമത്തിലെശ്ശാന്തിപൂകുന്നു ജീവൻ
കല്പനക്കാലത്തിന്റെ നിശ്ശബ്ദമെത്തപ്പായി-
ലല്പവിശ്രമം തേടിയെഴുന്നേറ്റിരിക്കുന്നു.
ഇന്നലെ രാവിൽപ്പുതുമഴ പെയ്തതുകൊണ്ടു
മന്നിനുന്മിഷത്തായ മനശ്ശാന്തിയെപ്പോലെ
വേനൽക്കൺവിടർത്തുന്നതാരാണീ മുഹൂർത്തത്തിൻ
വേലിക്കൽ? നീ പണ്ടത്തെത്തേവിടിച്ചെടിയല്ലേ?
ചവർപ്പും മതിർപ്പിക്കുമരിപ്പല്ലുകൾകൊണ്ടു
ചവച്ചു കൗമാരമിങ്ങെത്ര നിൻ മണിപ്പച്ച?
പടർന്നാച്ചെടിയിന്മേലുണങ്ങിത്തൂങ്ങീടുന്ന
പടുവള്ളിതൻ ദൈന്യം കണ്ടു ഞാനപ്പോഴല്ലോ
വളരെപ്പരിചിതം! എങ്കിലും ജിഹ്വാഗ്രത്തിൽ
വിളയാടുവാൻ ശങ്കിക്കുകയാണതിൻ സംജ്ഞ.
കരിയും നുകവുമായ്പ്പാടത്തേക്കിറങ്ങുന്ന
കർഷകൻ പക്ഷേ, ചൊന്നാൻ: "ഉണങ്ങി സീതത്താളി."
തരളീഭവിക്കുന്നു പെട്ടെന്നെൻ ഹൃദയത്തിൽ
തമസാനദി തേങ്ങുമാദികാവ്യത്തിൻ ദുഃഖം,
കലപ്പച്ചാലിൽപ്പെറ്റുവീണ പാതിവ്രത്യത്തെ
കലപ്പയുന്തുന്നവനോർത്തുവെന്നൊരാനന്ദം!
അല്ലയോ സീതാദേവി, നിന്നഭംഗുരതാധ-
മ്മില്ലസൗരഭമൊരു തേവിടിച്ചെടിയിന്മേൽ
പടർന്നാലെന്താണതു മാനവസ്മരണത-
ന്നിടനാഴികക്കിന്നും തപ്തകാഞ്ചനദീപം!
ഉണങ്ങീ കാലക്കേടാലെങ്കിലും സത്യം വീണ്ടു-
മുണരും, രണ്ടോ മൂന്നോ മഴ പെയ്കയേ വേണ്ടൂ. ■

പ്രാണായാമം

ഉള്ളതായ്ത്തോന്നുന്നുവെങ്കിലുമോമനേ,
ഇല്ലാത്തതാണീ പ്രപഞ്ചം;
ഇല്ലാത്തതായ്ത്തോന്നുമെങ്കിലുമോമനേ,
ഉള്ളതുതാനീ പ്രപഞ്ചം.

കണ്ണുനീർകൊണ്ടു കുതർത്തിക്കുഴച്ചൊരു
മണ്ണുരുളയ്ക്കുമേലല്ലോ
മുറ്റിത്തഴച്ചുവളരുന്നു നമ്മൾതൻ
മുജ്ജന്മസൗഹൃദാവേശം.

ഓരോ മണിക്കൂറുമോരോ നിമിഷവു-
മോരോ പുതിയ ചിനച്ചം;
ഓരോ ചിനച്ചത്തിൻ കമ്പിലും പൂക്കുന്ന-
തോരോ പുതിയ വെളിച്ചം.

ഓരോ വെളിച്ചവും നാഡീപടലത്തി-
ന്നോരോ പഴയ വിഷാദം;
ഓരോ വിഷാദപയോദധിക്കുള്ളിലും
നാരായണപ്രഭുരൂപം.

എന്താണിത്തോന്നലിൻ നാരായവേരെന്നു
ചിന്തിച്ചുപോയാൽക്കുഴപ്പം.
ഞാനെന്ന ബോധമെന്ന,ല്ലെങ്കിലെന്നിലെ
പ്രാണനെന്നെൻ സമാധാനം.

പ്രാണനെന്തെന്നല്ലീ പിന്നെ? ഞാനാ വാക്കിൽ-
ക്കാണുന്നതീശ്വരലാസ്യം
ഈശ്വരനെന്ന പദത്തിലോ കാണുന്നു
ശാശ്വതപ്രാണരഹസ്യം.

നാരായണപ്രഭു മാത്രമേ സത്യത്തിൽ
നമ്മൾക്കൊരാശ്രയമുള്ളു.
നാരായണപ്രഭുവിന്നുമില്ലാശ്രയം
നാവുള്ള നമ്മളല്ലാതെ! ■

കടുകല്ല

പത്തുവർഷത്തിൻ മുമ്പു പൊഖറാനിലെ ഖില-
പൃത്ഥ്വിഗർഭത്തിൽ പരമാണു വിച്ഛിദ്രിച്ചപ്പോൾ

കരളിൽ കണ്ണുള്ളവർ കണ്ടുപോൽ, ആകാശത്തു
നിറയും പീതാംബരശോഭയിൽ സ്ഫുരിക്കുന്നൂ

കാതോളം നീലച്ചെന്താമരകൾ വിടരുന്ന
കാഞ്ചനസ്വരൂപം, ആ മംഗളവദനത്തിൽ

വാടിയ പനീർപ്പൂവിലിരുട്ടിൻ മഴച്ചാറൽ
വാങ്ങിനിൽക്കവേ വീണ പിൻനിലാവലപോലെ

മുനിവൂ മന്ദസ്മേരമുഹൂർത്തം മൃദുലാശ്രു-
കണകാന്തിപുഞ്ജത്തിൽ, ആരപ്പോളോടിച്ചെന്നു

മുകിലിന്നൊതുക്കുകൾ ചവിട്ടിക്കയറുന്നൂ,
മുട്ടു കുത്തുന്നൂ, പാദപാംസുവിൽ സ്നാനംചെയ്വൂ?

അടക്കിച്ചേർത്തിട്ടുണ്ടാ മഴവില്ലൊളി, തൻ മാർ-
ത്തടത്തിലൊരു മരവിച്ച കുങ്കുമച്ചെണ്ടോ?

ഒഴുകും കണ്ണീർ വറ്റാക്കൺകളാണവൾക്കെ,ന്നാ-
ലൊരിളം ചിരിയാൽ ദീപിക്കയും ചെയ്വൂ വക്ത്രം.

"എത്രയോ സഹസ്രാബ്ദമക്ഷാംശധ്രുവാംശങ്ങ-
ളത്രയും മെതിച്ചു കാൽ കഴച്ച മഹാഭാഗേ,

കിട്ടിയോ കടുകെ"ന്നു യമി ചോദിപ്പൂ: "സ്വാമീ,
കിട്ടി"യെന്നവൾ വലംകൈമലർ മലർത്തുമ്പോൾ

"നോക്കട്ടെ"യെന്നദ്ദേഹം കടുകിൽ കണ്ണോടിക്കെ
കേൾക്കുന്നതെന്താണമ്മ?" ഇതണുസ്ഫോടം മാത്രം!" ■

(മാതൃഭൂമി ഓണപ്പതിപ്പ്, 1985 ഓഗസ്റ്റ് 25)

പത്മപാദൻ*

അദ്ദേഹത്തിൻ വേർപാ-
ടവിഷഹ്യം; പദ്മപാദനീ ഞാനോ?
ഗുരുചരണത്തിൽ നമിച്ചി-
ട്ടൊരുമട്ടെന്നശ്രു ഞാൻ മറയ്ക്കട്ടെ.

അദ്ദേഹത്തിൻ സ്നേഹം
പ്രസരിച്ചുംകൊണ്ടിരുന്ന ലോകത്തിൽ
ഏതൊരു കണ്ണീരാറ്റിൻ
കടവത്തും ഞാനധീരനായില്ല.

അദ്ദേഹത്തിൻ വിളി കേ-
ട്ടലകളിലൂടെക്കിതച്ച കാൽക്കീഴിൽ
തത്തന്നിമിഷോദ്ഭിന്ന-
ത്താമരമലർപ്പൊന്തിവന്നതെൻ മികവോ?

അമ്മയുമച്ഛനുമായി-
ട്ടെന്നെസ്സേവിച്ച ധർമ്മശാസ്താവേ,
എങ്ങനെ പുലരേണ്ടു ഞാ-
നങ്ങയിൽനിന്നറ്റു വീണ ലോകത്തിൽ?

ചൂണ്ടാണിവിരൽത്തുമ്പേ,
പെരുവിരലറ്റത്തുരുമ്മിനിന്നാലും!
ഭവിതവ്യതയിൽ പ്രസരി-
ക്കാവൂ മൽസ്നേഹകിരണമാമരണം. ■

---

* ഇടശ്ശേരി മരിച്ചപ്പോൾ എഴുതിയ മറ്റൊരു കൃതി

പ്രതിമാപ്രബോധം

ശതാബ്ദമിപ്പോൾ സ്ഥലകാലസംഗ-
മത്തിൽ പ്രതിഷ്ഠിക്കുകയാണുപോലും
ലോഹത്തിൽ വാർത്തെൻപ്രതിരൂപ,മാട്ടേ,
കുറിക്കുകീ ദുഃഖമതിന്റെ താഴെ:

സർവ്വജ്ഞപീഠാർഹത കാമശാസ്ത്രം-
കൂടിപ്പഠിച്ചേ തികയുന്നു പാരിൽ;
അദ്വൈതിയാം ശങ്കരനീ രഹസ്യം
ഗ്രഹിച്ചു; ഞാനാക്കഥയിന്നുമോർപ്പൂ!

എന്നിട്ടുമീ ഭൗതികജീവിതത്തെ-
ത്തൊടുമ്പോഴേക്കെൻ വിരലിന്റെയഗ്രം
വെറുങ്ങലിച്ചൂ, പുണരുമ്പോഴേക്കു-
മെൻ മാർത്തടം വേർത്തു കുളിച്ചുപോയി!

വസ്തുക്കളെൻ കൺമുനയേറ്റഴിഞ്ഞി-
ട്ടാർദ്രങ്ങളായാവികളായ് മറഞ്ഞു;
പ്രശാന്തിതൻ കാന്തിമരുപ്പരപ്പിൽ
ജലാശയം പോലെയകന്നുപോയി.

ജരാനരാക്രാന്തശരീരപാത-
പ്രവാഹമേ, നിന്റെ ഭയാനകത്വം
നീരാളിപോൽ ചുറ്റിവരിഞ്ഞു കൊത്തി-
പ്പൊളിച്ചിതെൻ സൂക്ഷ്മശരീരസൗഖ്യം.

നിശീഥനിശ്ശബ്ദയിങ്കലെന്റെ
കൊട്ടാരവാതിൽപ്പൊളി കണ്ണുനീരാൽ
ഉന്തിത്തുറന്നോടിടുമെന്റെ പിന്നി-
ലുറങ്ങി നിഷ്കന്മഷരാഗപൂരം.

കുമാരനെന്നെന്നെവിളിക്കെ ലോകം
ഞാനെന്നൊടാരാഞ്ഞിതു നൂറുവട്ടം,
ആ നാമധേയത്തിനൊരർത്ഥമുണ്ടെ-
ന്നാരോർപ്പൂ? ഞാൻ കുത്സിതമാരനല്ലീ?

വലത്തുകൈയാൽ പ്രഹരിച്ചു ഞാനാ-
പ്രപഞ്ചഭർത്താവിനെ മൃത്യുവോളം,
എന്നാലിടംകൈത്തളിർകൊണ്ടു ചെയ്ത-
താ മെയ് തലോടീടുകയായിരുന്നു.

നിത്യത്തിനെത്തേടിനടന്നു ജന്മം
തുലച്ച ഞാൻ നിഷ്കരുണം വെടിഞ്ഞു
അനിത്യദിവ്യക്ഷണികത്തിലുള്ള
ധർമ്മത്തെ,യാ സ്നേഹസുധാരസത്തെ.

ശതാബ്ദമിപ്പോൾ സ്ഥലകാലസംഗ-
മത്തിൽ പ്രതിഷ്ഠിക്കുകയാണുപോലും
ലോഹത്തിൽ വാർത്തെൻ പ്രതിരൂപ,മാട്ടേ,
കുറിക്കുകീ ദുഃഖമതിന്റെ താഴെ:

കാണാതെപോയ് പല്ലനയാറ്റിൽ മുങ്ങി-
മരിച്ചനാളോളമിവൻ സുഖത്തെ,
അദ്ദാരുണാന്തർഗ്ഗതപീഡയാൽ കൈ-
വരിച്ചതാണീയമരത്വസൗഖ്യം! ■

ചോദ്യം എന്ന ഉത്തരം

തോടു പൊട്ടിപ്പുലരൊളി-
ക്കുളിർകോരുന്ന മാത്രയിൽ
കോഴിക്കുഞ്ഞു മിഴിക്കുന്ന
കൺകളിൽക്കൂടി നോക്കി ഞാൻ:
'എവിടെപ്പോയെൻ മനസ്സിൽ
പണ്ടു ശബ്ദിച്ച പുൽക്കുഴൽ?
എവിടെപ്പോയ് കൃഷ്ണ, കാലിൽ
കിലുങ്ങിയ ചിലങ്കകൾ?
എവിടെപ്പോയെന്റെ രക്ത-
നാഡിതോറുമുഴറ്റൊടെ
ഓളംവെട്ടിക്കൊണ്ടിരുന്ന
കളഭത്തിന്റെ സൗരഭം?
എവിടെപ്പോയെന്റെ നാവിൽ
നിദ്രാണനിമിഷത്തിലും
പ്രസരിച്ചുംകൊണ്ടിരുന്ന
പായസാമൃതനിർവൃതി?'
*ചവർ വീഴും മുമ്പെണീറ്റ
തള്ളപ്പയ്ക്കൊമ്പിലെ ത്വര
എഴുന്നേൽപ്പിച്ചിടും കാള-
ക്കിടാവിൻ കൈകൾ കൂപ്പി ഞാൻ
വിമാനത്തിന്നിരമ്പം, സാ-
ർത്ഥവാഹൻതന്നഹങ്കൃതി
യുഗങ്ങൾതൻ മേഘമാർഗ-
ങ്ങളെപ്പിൻതള്ളി; ആരു ഞാൻ? ■

---

* ചവർ : മറുപിള്ള

വൈക്കത്തെ പ്രാതൽ ആശ്ചര്യം

വൈക്കത്തപ്പൻ പണ്ടൊരിക്കൽ
പറഞ്ഞാ, 'നാഗ്രഹിപ്പൂ ഞാൻ
പക്കത്തെല്ലാദ്ദിവസവും
പുഷ്പിക്കുന്നൊരു പൂമരം.'
ഏറ്റുമാനൂരപ്പനോതീ,
'തരാം ഞാനൊരു തൈമരം
വൈക്കത്തപ്പന്നിഷ്ടമാണോ
ഏഴിലമ്പാലതൻ മണം?'
'വളരെപ്രഥ്യമാണോ, രോ
നാളിലും കമ്പിലൊക്കെയും
ഏഴേഴില കുരുക്കുന്ന
പാലതൻ സൗരഭം സഖേ!'
ഇതായിരുന്നുപോൽ വൈക്ക-
ത്തപ്പനോതിയ വാക്കുകൾ;
അറിയില്ലാ,രിതെൻ കാതി-
ലരുളിച്ചെയ്തു? കാലമോ?

കാലം വിളിച്ചുപറയും
കാഹളം കേട്ടുണർന്നിതാ
പാതിരായ്ക്കെൻ വിദൂരസ്ഥ-
വിനയത്തിലിരിപ്പൂ ഞാൻ.
എഴുപത്തഞ്ചാണ്ടിലേറെ-
പ്പാതിരാത്രിയിലൊക്കെയും
ഒരേ മാദകസൗരഭ്യം
പൊഴിച്ചും കൊണ്ടിരിക്കുവാൻ
കഴിഞ്ഞില്ലാ മറ്റൊരേഴി-
ലമ്പാലയ്ക്കുമിതേവരെ.

(തുഞ്ചകുഞ്ചാദിതൻകാര്യ-
മറിയില്ല, തു വാസ്തവം.)
ആകാശഗംഗതൻ നിത്യ-
സംഗീതം പോലതെന്നിലും
ഉളവാക്കീ പ്രാപ്യവരാ-
ന്നിബോധോത്തിഷ്ഠ ജാഗ്രത.
ഓരോ കമ്പിലുമേഴേഴു-
ണ്ടിലയെന്നുള്ള ഹേതുവാൽ
ഏഴിലമ്പാലയായ്പ്പേരെ-
ടുത്തോരുണ്ടേറെ വേറെയും.

സ്വരങ്ങളേഴും സ്പന്ദിച്ചു-
തെന്നാലീയേകതന്ത്രിയിൽ;
വർണങ്ങളേഴും ശോഭിച്ച-
തെന്നാലീ നിത്യവെള്ളയിൽ
സപ്തഗ്രഹാനുഗ്രഹത്താൽ
കർമൈകരത, താങ്കളേ
ഫലേച്ഛാത്യാഗമെന്താണെ-
ന്നഭ്യസിപ്പിപ്പൂ ഞങ്ങളെ.
ഭവൽ സാഹിത്യസംഗീത-
സാരസ്വതമഹോദയം
ഓർത്താലുടൻ ഞങ്ങൾ കാൺമൂ
ദീർഘപാംഗന്റെ ശാന്തത
ഏറ്റുമാനൂരപ്പനേറ്റി-
നിൽക്കും മാൻകുട്ടി തൽക്ഷണം
ഹൃദയാരാമത്തിലൂടെ
തുള്ളിച്ചാടി നടക്കയാൽ
പറഞ്ഞുപോകുന്നു വിദൂ-
രസ്ഥർ ഞങ്ങളനക്ഷരം;
മഹാകവേ, താങ്കളിലെ-
സ്സുകൃതത്തിന്റെ ശക്തിയാൽ
മനുഷ്യായുഃപൂർത്തിവരെ
പാടിക്കൊണ്ടാലുമിങ്ങനെ;
സ്ഥിതപ്രജ്ഞ വരിക്കട്ടെ
ഭാവിഗർഭസ്ഥരങ്ങയാൽ
അഞ്ജനക്കല്ലിൽ നിന്നൂറും
വെണ്ണിലാവെന്ന മാതിരി

അങ്ങതൻ മധുരസ്നിഗ്ദ്ധ-
കലശാംബു ചുരക്കവേ
*ഭൂതദേവാത്മത്രിവേണീ-
സംഗമസ്നാതരിജ്ജനം
ഏതേതൊക്കെദ്ദേവയോനി
പാറും ലോകാന്തരങ്ങളിൽ
സഞ്ചരിച്ചീല,തോർക്കുമ്പോൾ
പുളകം കൊൾവിതിപ്പൊഴും.
വിജ്ഞാനം പൗരുഷശ്രദ്ധ,
പാർവ്വതീഭക്തി, വിദ്യയും
തുളുമ്പും തദ്വാണി വിദ്യാ-
ധരധർമ്മ ചതുഷ്ടയം
ദുഃഖശൈവലനിർമുക്തം
ശൈവസംസ്കാരപങ്കജം
ശിവപൂജാനിഷ്ഠമായ
ഭക്തിയാൽ ജനപൂജിതം.
അപ്സരസ്ത്രീകളും കാമ-
ധേനുവും പാരിജാതവും
ചന്ദ്രനും ധാന്വന്തരിയും
കമലശ്രീ വിലാസവും
അങ്ങതൻ പാലാഴിയിൽ നി-
ന്നുയർന്ന ദിവസങ്ങളിൽ
എനിക്കുണ്ടായ കൈവല്യം
മറക്കാൻ കഴിയായ്കയാൽ
വൈക്കത്തപ്പന്റെ കാൽക്കൽച്ചെ-
ന്നോർപ്പിപ്പേൻ പാതിരാത്രിയിൽ
"ആ മൊഴിപ്പാലാഴിയിൽനി-
ന്നുയർന്നിട്ടില്ലൊരിക്കലും
വിഷം, വാരുണിയും; മറ്റെ-
ന്താർജിക്കാൻ പൂർണജീവിതൻ?
ഇദ്ദേഹത്തിൻ വാങ്മയത്തിൽ
മുഴുകും പുലർവേളകൾ
ഇന്നും പറവു- വൈക്കത്തെ
പ്രാതലാശ്ചര്യമിപ്പൊഴും! ■

---

* ഭൗതികം, ദൈവികം, ആത്മികം

മരണമില്ലാത്ത മനുഷ്യൻ*

എട്ടിൽ ഞാൻ പഠിക്കുമ്പോൾ ദിനപത്രവുമായി-
ട്ടെത്തുന്നൂ ക്ലാസ്സിൽക്കുട്ടിരാമമേനോനെൻ മാസ്റ്റർ.
കവിളിൽ കടുക്കന്റെ തുടുപ്പും നെറ്റിക്കര-
ക്കാലുറുപ്പികപോലെ ചന്ദനപ്പൊട്ടും മിന്നീ.
ശബ്ദിയ്ക്കൊല്ലാരും, വിരൽ മൂക്കുപാലത്തിൽ ചേർത്താൻ,
'അബ്ദുറഹിമാൻ സായ്പിൻ പ്രസംഗം ചെവിക്കൊൾവിൻ!'
പിന്നെ മോതിരക്കൈകൾ വിടർത്തിക്കാട്ടും പത്ര-
ത്തിന്നുമേൽ മിഴിയൂന്നി വായിക്കാൻ തുടങ്ങുന്നു
അവാസനത്തെ പ്രഭാഷണത്തിൽ മുക്കത്തുവെ-
ച്ചദ്ദേഹമുൽഘോഷിച്ച ദൈവികവചനങ്ങൾ,
'ആളുകളുടെ മൊഴിയപ്പടിയനുസരിയ്-
ക്കാവിൻ: ഏവരും മർത്യർ (മരിക്കുന്നവർ) മാത്രം.
മരിക്കുന്നവനത്രേ ഞാനും,എൻ വാക്കും തിര-
സ്കരിപ്പിൻ, കേൾപ്പിൻ ദൈവത്തിന്റെ വാക്കുകൾ മാത്രം.
ദൈവത്തിൻ വചനത്തിൽ ഖുർആനിൽ രമിക്കുവാൻ;
ജൈവമീ പ്രപഞ്ചത്തെ മുഴുവൻ സ്നേഹിക്കുവിൻ.
അയലിൽപ്പാർക്കും ഹിന്ദുക്കളിലെസ്സുഹൃത്തിനെ-
യറിവിൻ; ശത്രുത്വം നിങ്ങൾക്കു ദോഷമേ ചെയ്യൂ.'
വായന നിലച്ചപ്പോൾ ഇടിവെട്ടേറ്റാൽപ്പോലെ
വാ പൊളിച്ചിരിപ്പത്രേ സഹപാഠികൾ, ഞാനും.
ഒടുവിൽക്കസേലയിലിരുന്നു ഗുരു; മന്ദ-
സ്മിതഗൗരവം കൊണ്ടു ഞങ്ങളെപ്പുതപ്പിച്ചു.

---

* 23.11.45ന് മുക്കത്തുവെച്ചായിരുന്നു ഒരു നീണ്ട പ്രസംഗത്തിനു ശേഷം മുഹമ്മദ് അബ്ദുറഹിമാൻ ദിവംഗതനായത്. പിറ്റേന്നോ അതിന്റെ പിറ്റേന്നോ കുമരനല്ലൂർ സ്കൂളിൽവച്ച് എന്റെ അനുജനുണ്ടായ അനുഭവമാണ് ഈ കവിതയ്ക്ക് ആധാരം.

‘മരിച്ചിട്ടില്ലാ, മരിയ്ക്കയുമില്ലൊരിക്കലും
മലയാളിതൻ ഹൃദയത്തിലാ ധീരപ്രജ്ഞൻ
ധീരനെന്നല്ലാതെ മറ്റെന്തൊരു വിശേഷണം
ചേരുമദ്ദേഹത്തിന്? ചൊല്ലുവിനാരെങ്കിലും!’
നിർന്നിമേഷരായ് ക്ലാസിലിരുന്നൂ വിദ്യാർത്ഥികൾ;
പിന്നിൽ നിന്നൊരു ശബ്ദമൊടുവിൽക്കേട്ടു, ‘വീരൻ’,
ശരിയാണല്ലോ വിദ്യാർത്ഥികളും കൊട്ടീ കൈകൾ,
‘പറയാം ‘ധീരൻ’ ‘വീരൻ’, രണ്ടുമൊന്നല്ലേ സാറേ?’
ചിരിച്ചു വീണ്ടും ഗുരു ചരിതാർത്ഥതയോടെ,
പറഞ്ഞു പിന്നെ, പ്പാതി ചിമ്മിയ മിഴിയോടെ;
‘വീരത ഭഗത്സിങ്ങായുടഞ്ഞു തകരുന്നു;
ധീരതയിൽനിന്നബ്ദുറഹിമാൻ ജനിക്കുന്നു?’ ■

(മാതൃഭൂമി ആഴ്ചപ്പതിപ്പ്, 1999 ഒക്ടോബർ 3)

സംയമം

ധാരപ്പാത്തികൾ കാണുമ്പോൾ പുഷ്പശയ്യകളോർപ്പിതോ
തരിക്കും കൈകാലുകളേ? മറക്കുക സുഖങ്ങളെ!
ധാമ്വന്തരത്തിനും ക്ഷീരബലയ്ക്കും സാദ്ധ്യമാകുമോ?
ചായുവാൻ നേരമില്ലാത്ത ധർമ്മത്തിനു മെഴുക്കിടാൻ?
കാലും കൈയും ശരീരത്തിന്നംശമാവുന്നമാതിരി
വേറെയൊന്നിന്നംശമല്ലോ 'ഞാ'നാമീ'ജ്ഞാന'തത്ത്വം.
ചതുഷ്ടയത്തിന്നുപോലുമിടയില്ലാത്തമാതിരി
ധർമ്മത്തിൽ നീന്തും മകരവ്യാഴത്തിൻദശയല്ലി ഞാൻ?
എങ്കിലും കർക്കടകത്തിങ്കലംശിക്കുന്ന ബൃഹസ്പതി
നിങ്ങളെക്കൈകാലുകളേ, ചലിപ്പിപ്പൂ നിരന്തരം.
ജീവിച്ചനാളിലൊട്ടുക്കും സുഖമായിബ്ഭുജിച്ചവർ
അനേകകോടിയുണ്ടെ,ന്നാൽ ബകനായില്ലൊരന്യനും
ജീവിച്ചനാളിലൊട്ടുക്കും സുഖനിദ്രവരിച്ചവർ
അനേകകോടിയുണ്ടെ,ന്നാൽ ഒറ്റയായ് കുംഭകർണ്ണനും
ചക്രവാളങ്ങളെക്കാൽമടമ്പുകൊണ്ടു മെതിക്കലും
ആകാശപുഷ്പങ്ങളെക്കൈകൊണ്ടിറുത്തു മണക്കലും
വിയർപ്പിന്റെ സമുദ്രത്തിൽ നീന്തിനീന്തി മരിക്കലും
മരിച്ചാലും മരിക്കാത്ത കണ്ണീർത്തുള്ളിചുരത്തലും
വിധിയാണെന്ന പഞ്ചാരത്തരിമാത്രം ഭുജിക്കിലും
മേഹലാഞ്ഛന കണ്ടിട്ടില്ല,തല്ലീ വിസ്മയാവഹം?
ചരിക്കാനല്ലെങ്കിലെന്തിന്നുണ്ടായീ ചരണദ്വയം?
കരിക്കാനല്ലെങ്കിലെന്തിന്നുണ്ടായ്ത്തീർന്നൂ കരങ്ങളും?
വലിച്ചുകൊണ്ടു പോകട്ടേ ധർമ്മമെന്ന തിമിംഗിലം
എന്റെ കൈയിലിരിക്കുന്ന വലയോടൊപ്പമെന്നെയും.
കൗമാരത്തിൻ മീൻകൊതികളെറിഞ്ഞ വലതന്നകം
കുടുങ്ങിയാ മഹാകായൻ: ജയമാണെൻ പരാജയം!
ധാരപ്പാത്തികൾ കണ്ടപ്പോൾ പുഷ്പശയ്യകളോർത്തുവോ
തരിക്കും കൈകാലുകളേ? വെറുക്കുക സുഖങ്ങളെ. ■

അടയ്ക്കയും കവുങ്ങും

കിട്ടു വില്ക്കും പീടികയിൽ കയറുകകാരണത്താൽ
കിട്ടുവെന്ന പുരുഷന്നൊരടയ്ക്ക കിട്ടീ

കച്ചവടക്കാരനതു കണ്ടതേയില്ലെന്നതിനാൽ
കൈയിൽ വന്നതുടൻ കിട്ടു മടിയിലിട്ടു

താഴമ്മടിത്തുമ്പരയിലെടുത്തുകുത്തിയശേഷം
താനിറങ്ങി നടകൊണ്ടു നിരത്തിലൂടെ.

കൂരിരുട്ടിലൂടെ തപ്പിത്തടഞ്ഞു വീടെത്തിയപ്പോൾ
ദൂരത്തെങ്ങോ കൂവിടുന്നു പാതിരാക്കോഴി.

എട്ടുപത്തുവട്ടമായാളുമ്മറവാതിലിൽ തട്ടി-
മുട്ടിയിട്ടുമുള്ളിൽ തഴുതനങ്ങിയില്ലാ

കേട്ടറിഞ്ഞാനാഗ്ഗൃഹസ്ഥനവസാനം അകത്തുണ്ടേ
വീട്ടുകാരി കൂർക്കംവലിച്ചുറങ്ങിടുന്നു!

താനാരെയുമുണർത്തുവാൻ മിനക്കെടേണ്ടെന്നുവെച്ചു
താഴ്‌വരയിൽത്തന്നെ കിട്ടു മലർന്നുവീണു.

വീഴേണ്ട താമസമായാളത്താഴപ്പട്ടിണിമൂലം
താഴുകയായ് ഗാഢമായ സുഷുപ്തിയിങ്കൽ

പറയുവാൻ കൊണ്ടുവന്നതിപ്പറഞ്ഞതൊന്നുമല്ല.
പകലവൻ വീണ്ടുമുദിച്ചുയർന്നനേരം

കിട്ടുവിന്റെ പക്കത്തു വന്നൊക്കത്തിരുകൈയും കുത്തി
കെട്ടിയവളുണ്ടേ കണ്ണും തുറിച്ചു നിൽപ്പൂ.

തൊട്ടുരുമ്മി നില്പുണ്ടയൽ വീടുകളിൽ പാർത്തുപോരും
കുട്ടികളുമച്ഛന്മാരുമമ്മച്ചിമാരും.

ഏവരും കൺതുറിപ്പിച്ചുകണ്ടിടുന്നിതൊന്നുതന്നെ;
ഏവരുമമ്പരപ്പോടെ ചിന്തിച്ചിടുന്നു:

'ഉറങ്ങുന്ന കിട്ടുവിന്റെ മടിക്കുത്തിൽനിന്നു മുള-
ച്ചുയർന്നു മേല്പുരകുത്തിത്തുളച്ചുപൊന്തി

കാറ്റത്തുലഞ്ഞാടിനിൽപ്പായൊരൊറ്റ രാവുകൊണ്ടൊരു
പാറ്റക്കവുങ്ങി,തെമ്മട്ടിൽ വിശ്വസിക്കേണ്ടു!"

കെട്ടിയവളുടെ ചൂലേറ്റുണർന്നു കൺമിഴിച്ചപ്പോൾ
കിട്ടുവിന്നുണ്ടായ ഖേദമിതായിരുന്നു:

"കുടുങ്ങിയല്ലോ ഞാനമ്മേ! മടിയിലെക്കവുങ്ങിന്റെ
യടിയിൽനിന്നെന്നെയെമ്മട്ടെടുത്തുമാറ്റും?" ■

നരനായിങ്ങനെ

കാലത്തെണീറ്റു പല്ലുതേക്കുന്നു,
കാപ്പി ചായ കുടിക്കുന്നു.
ദോശയിഡ്ഡലി ചട്ടിണി സാമ്പാർ
മോശമില്ലാതടിക്കുന്നു.
സേഫ്റ്റിറേസറെടുത്തു താടിയിൽ
കേറ്റിവെച്ചു വലിക്കുമ്പോൾ
ഗോചരമാം ജരാനരകളാൽ
കേചിൽ ഖേദമുദിക്കുമ്പോൾ
എന്നെപ്പറ്റിസ്സഹതപിപ്പൂ ഞാ-
നെന്നെപ്പുച്ഛിച്ചു തള്ളുന്നു:
നരനായിങ്ങനെ ജനിച്ചു ഭൂമിയിൽ
നരകവാരിധി നടുവിൽ ഞാൻ,
എനിക്കായൊരേറോപ്ലെയിനില്ലാ, വേണ്ടാ,
എനിക്കായിട്ടൊരു കാറുണ്ടോ?
എനിക്കായില്ലൊരു സ്ക്കൂട്ടർപോലും, ഹാ,
ജനിച്ചിട്ടെത്രനാളായി ഞാൻ!
സിസ്റ്റർമാരെക്കൊണ്ടെന്തു കാര്യം? ട്രാൻ-
സിസ്റ്ററെൻ കൈയിലില്ലല്ലോ!
വെറുതെയെന്തിനീ വിസ്തരം? ഒറ്റ-
ട്ടെറെലീൻകുപ്പായമില്ല മേ.
ശരിക്കു ചിന്തിച്ചാൽ ജനിച്ചു ഞാനെന്നു
ശഠിക്കുവാനില്ല തെളിവൊന്നും
എമ്പിയായില്ല, മന്ത്രിയായില്ല,
എമ്മെല്ലേപോലുമായില്ല.
സിനിമയിലുള്ള മരത്തിനു ചുറ്റും
പ്രണയിനിയൊത്തു പാഞ്ഞീല,
പുൽത്തകിടിയിലുരുണ്ടീലാ, കെട്ടി-
പ്പുൽകി ഡ്യൂവറ്റു പാടീലാ.

ഇത്തിരിനേരമെഞ്ചിനീയറായ്
ഇത്തിരിനേരം പ്യൂണായും
ഇത്തിരിനേരം കണക്കപ്പിള്ളയായ്
ഇത്തിരിനേരം കവിയായും
ഉദിച്ച സൂര്യനെ വലിച്ചിഴച്ചു ഞാ-
നുദധിയിൽത്തള്ളിയുറങ്ങുന്നു;
അവനാട്ടേ വീണ്ടും കിഴക്കുദിപ്പൂ; ഞാ-
നതു കണ്ടാൽ പിടഞ്ഞെഴുന്നേൽപ്പൂ;
നരനായിങ്ങനെ മരിച്ചൂ ഭൂമിയിൽ
നരകവാരിധി നടുവിൽ ഞാൻ. ■

www.ingramcontent.com/pod-product-compliance
Lightning Source LLC
LaVergne TN
LVHW060613051026
849519LV00002B/584
* 9 7 8 9 3 8 6 1 2 0 2 2 9 *